बिर्याणी आणि पुलाव

मज़ा आ गया !

विष्णू मनोहर

सकाळ प्रकाशन

सकाळ प्रकाशन

Biryani Ani Pulao
© Vishnu Manohar

बिर्याणी आणि पुलाव

लेखक	: विष्णू मनोहर
प्रथम आवृत्ती	: मे २०१८
मुखपृष्ठ आणि मांडणी संकल्पना	: मधुमिता शिंदे
अक्षरजुळणी व मांडणी	: यशोधन लोवलेकर
प्रकाशक	: सकाळ मीडिया प्रा. लि. ५९५, बुधवार पेठ, पुणे - ४११ ००२
ISBN	: 978-93-86204-99-8
संपर्क	: ०२०-२४४० ५६७७/८८८८८ ४९०५० sakalprakashan@esakal.com

माझ्या खिलवण्याला मनापासून दाद देणाऱ्या
सर्व रसिक खवय्यांना...

अनुक्रमणिका

अनुक्रमणिका

इराक, इराण, इजिप्त, येमेन, सौदी अरेबिया, टर्की या देशांत बिर्याणी हा पदार्थ पूर्वापार बनवला जातो. भारतात हा पदार्थ मोगल काळापासून माहीत आहे. प्रत्येक देशात वा समाजातील घटकांत बिर्याणी करण्याची पद्धत वेगवेगळी असते. पण प्रत्येक बिर्याणी ही अतिशय चविष्ट आणि वैशिष्ट्यपूर्ण असते. प्रत्येक ठिकाणच्या बिर्याणीची काहीतरी खासियत असते, म्हणूनच ती वेगवेगळ्या नावाने ओळखली जाते.

'बिर्याणी' हा शब्दप्रयोग 'बिरियन' या फारसी शब्दावरून आला आहे. त्याचा अर्थ शिजवण्याआधी परतलेला पदार्थ, असा आहे. पर्शियामध्ये पूर्वीपासून भात करण्याची एक विशिष्ट पद्धत अवलंबली जाई. तांदूळ मिठाच्या पाण्यात भिजवून मग विस्तवावर ठेवले जात. पाण्याला उकळी आली, की ते पाणी काढून टाकून तो तांदूळ वाफेवर शिजवला जाई. यामुळे भात चिकट न होता मऊ व मोकळा होत असे. काही पर्शियन गावांमध्ये बनवली जाणारी बिरियन, 'दम पुख्त' म्हणून ओळखली जात असे. दम पुख्तचा शब्दशः अर्थ बघितला तर वाफेवर शिजवलेला असा होतो. नावाचा अर्थ व पदार्थ बनवण्याची पद्धत यावरून बिर्याणीचा उगम पर्शिया म्हणजेच इराणमधला असेल असे मानले जाते. पर्शियन बिर्याणी बनवताना असा भात व मसाल्यांत मुरवून शिजवलेले मटण यांचे एकावर एक थर लावले जात. खालचा व सर्वांत वरचा थर भाताचा असे. ते भांडे घट्ट झाकण लावून विस्तवावर ठेवून मंद आचेवर त्याला चांगली वाफ दिली जाई. पर्शियन बिर्याणीत चिकन किंवा मटणाचा लेग पीस वापरला जाई. तो दही, पुदिना, आले, लसूण अशा ताज्या मसाल्यात व किसलेल्या कच्च्या पपईत मुरवून ठेवत. तयार बिर्याणीवर दुधात मिसळलेले केशर घालण्याची पद्धत पर्शियामधलीच. इराणी व्यापारी व पर्यटकांनी इतर देशांतील लोकांना या पदार्थाची ओळख करून दिली.

बिर्याणीच्या उगमाबद्दल आपल्याकडेही एक गोष्ट सांगितली जाते. प्रेमाची साक्ष म्हणून शाहजहानने जिच्यासाठी ताजमहाल बांधला ती मुमताज बेगम एकदा आपल्या लष्करातील छावणीवर गेली होती. तिथल्या बहुतेक सैनिकांचे कुपोषण होत आहे, असे लक्षात आल्यामुळे तिने छावणीतील स्वयंपाक्याला भात, भाज्या, मटण, दही, सुकामेवा व मसाले वापरून सर्व पोषणमूल्यांनी परिपूर्ण असा एक पदार्थ करायला शिकवला. सर्वांना अतिशय आवडलेला, एका पदार्थात जेवण होणारा हा पौष्टिक पदार्थ म्हणजेच बिर्याणी. आज बिर्याणी म्हणजे सर्वच देशांतील एक लोकप्रिय व आवडता पदार्थ झाला आहे. बहुतेक ठिकाणी त्याच्या नावात व करण्याच्या पद्धतीत थोडाफार फरक केला गेला, पण भात शिजवायची पद्धत व त्यात वापरले जाणारे पदार्थ मात्र सगळीकडे तेच आहेत. बिर्याणीसाठी शक्यतो सुवासिक व लांबट तांदूळ वापरला जातो. भातावर दुधात भिजवलेले केशर व तूप घातले जाते. केशराच्या सुगंधामुळे बिर्याणीची लज्जत नक्कीच वाढते. बहुतेक वेळा बिर्याणी बनवण्यासाठी निमुळत्या तोंडाचे भांडे म्हणजेच डेगची वापरतात. काही देशांत बिर्याणी मातीच्या भांड्यात बनवली जाते, तर काही देशांत ती परातीसारख्या पसरट भांड्यात बनवतात. पर्शियन बिर्याणी मसालेदार असते, पण इराकी बिर्याणी त्यामानाने कमी मसाले वापरून बनवतात. त्यात भाताबरोबर शेवया घातल्या जातात, तर वरून सुकामेवा तळून घातला जातो. बिर्याणी करण्याची कल्पना पिलाफ या पदार्थामुळेच सुचली, असेही म्हटले जाते. काबुली पिलाफ हा अफगाणिस्तानातील, तर तुर्की पिलाफ हा टर्कीमधला पुलाव.

खरे तर बिर्याणी आणि पुलाव यांमध्ये खूपच फरक आहे. पुलावमध्ये सर्व पदार्थ एकत्र करून शिजवले जातात, पण बिर्याणीमध्ये मात्र भात व मटण किंवा भाज्यांचे वेगवेगळे थर असतात. बिर्याणीमध्ये हे दोन पदार्थ वेगवेगळे असणे जरुरी असते. येमेनमधली बिर्याणी म्हणजे मंदी. हा त्यांचा राष्ट्रीय पदार्थ आहे. यामध्ये चिकन तंदूर करून घेतात. मंदीच्या मसाल्यातला वेगळेपणा म्हणजे त्यात ओली हळद व मीठ लावून वाळवलेली लिंबे वापरलेली असतात. मंदीचा भात किसलेले गाजर, मसाले व लिंबाचे तुकडे घालून करतात. त्या भाताला पिवळा रंग येतो तो मसाल्यातील ओल्या हळदीमुळे. मंदी सर्व्ह करताना एका वाटीत ऑलिव्हचे तेल घालून त्यात पेटलेला कोळसा ठेवतात. जाळीचे झाकण लावून ती वाटी मोठ्या बशीत ठेवली जाते. वाटीच्या बाजूने भात व भातावर तंदूर केलेले चिकनचे तुकडे ठेवून त्यावर झाकण ठेवले जाते. कोळशाच्या धुरामुळे मंदीला एक प्रकारचा वेगळाच स्वाद मिळतो. मंदीबरोबर टोमॅटोची तिखट चटणी, पुदिना व मीठ घातलेले दही आणि कांदा-काकडीचे सॅलड खायची पद्धत आहे. कबसा ही सौदी अरेबियाची बिर्याणी. तेथील प्रत्येक घराघरातून ती वेगवेगळ्या प्रकाराने बनवली जाते. बशीत मसाले घालून शिजवलेल्या भाताचा ढीग लावून त्याच्या मध्यभागी खड्डा केला जातो. हा भात मोकळा व ओलसर असा असतो. त्यात भाजलेले मटण ठेवून त्यावर टोमॅटोची तिखट चटणी व भरपूर सुकामेवा घालून कबसा खाल्ला जातो. टोमॅटो, आलं, लसूण व लाल मिरच्या असे ऑलिव्हच्या तेलात शिजवून ही तिखट चटणी बनवलेली असते. कबसाला खरी चव या लाल चटणीमुळे मिळते.

अरेबिक देशांतील तंदूर भट्टी म्हणजे मातीचे भांडे, काही ठिकाणी वाळवंटातील वाळूत पुरलेले असते. खालून कोळशाची धग व वरून पेटविलेल्या लाकडांचा विस्तव यांवर ते मटण शिजवले जाते. विस्तव विझल्यावर शिजलेले मटण बराच वेळ भट्टीत तसेच ठेवून दिले जाते. दुसरी पद्धत म्हणजे लाकडे पेटवून त्यावर फरश्या किंवा चपटे दगड ठेवतात व त्यावर मटण भाजतात. या दोन्ही पद्धतींत मटणामधले रस आटले जाऊन ते कोरडे होते, हीच त्या पदार्थाची खासियत असते. हे मसाले व भाज्या घालून खाल्ले

जाते. त्याबरोबर जिऱ्याची पूड व मीठ लावलेले लबान म्हणजेच ताक व सॅलड खाण्याची पद्धत आहे. बऱ्याच आखाती देशांत मसाल्यात मुरवलेले मटण जाड बुडाच्या डेगचीत घातले जाते व त्यावर एक उकळी आणलेला तांदूळ पसरला जातो. त्यावर तूप सोडून डेगचीवर झाकण ठेवून ते भिजवलेल्या कणकेने घट्ट बंद केले जाते. आतल्या वाफेवर मटण व भात शिजतो. मसाल्याचा स्वाद आतल्या आत राहिल्याने बिर्याणीला उत्तम चव मिळते. हे जरी अरब जगतातील बिर्याणीचे प्रकार झाले, तरी आपल्याकडील बिर्याणी थोड्याफार फरकाने तशीच असते. कोणत्याही देशातली असो, उत्तम बिर्याणी कशी पाहिजे, याबाबत काही ठोकताळे आहेत. ती उत्कृष्ट चवीची व स्वादाची पाहिजे. त्यातले मटण चांगले शिजलेले पाहिजे, पण हाडापासून वेगळे व्हायला नको. त्यातील भाताचे प्रत्येक शीत न् शीत मोकळे राहिले पाहिजे, पण खाताना तोठरा बसायला नको. ती मोकळी व ओलसर पाहिजे, पण घास हातात घेतल्यावर भाताचे शीत खाली पडता कामा नये. कोणताही कृत्रिम अर्क न वापरता बिर्याणीला त्यातल्या मसाल्याचा व सुवासिक तांदळाचा स्वाद मिळाला पाहिजे. बिर्याणीची चव जिभेवर रेंगाळत राहिली पाहिजे म्हणजेच बिर्याणी खरी जमली.

तर ही अशी आहे बिर्याणीची कहाणी. आपल्याकडे तर प्रांतगणिक बिर्याणीचे वेगवेगळे प्रकार आहेत. अशा या सर्वांच्या आवडत्या पदार्थावर जेवढे लिहावे तेवढे थोडेच आहे.

-विष्णू मनोहर

बिर्याणी (शाकाहारी)

व्हेज बिर्याणी

साहित्य

४ वाट्या जुना बासमती तांदूळ,
१ वाटी वाटाणा,
१ वाटी गाजर,
१ वाटी भोपळी मिरची,
१ वाटी फ्लॉवर,
१ वाटी फरसबी,
४ मोठे कांदे,
२ टोमॅटो,
३ हिरव्या मिरच्या,
२ चमचे गरम मसाला,
अर्धी वाटी दही,
१ चमचा मिरची पूड,
आले-लसूण-कोथिंबीर-पुदिना यांचे वाटण,
तेल, तूप,
चवीनुसार मीठ

कृती

प्रथम मोकळा भात (अर्धा कच्चा) तयार करून घ्यावा. एका कढईत तेल घालून त्यामध्ये उभा कापलेला कांदा घालावा व तो चांगला गुलाबी होईपर्यंत परतावा. त्यातच टोमॅटो चिरून घालावा. त्यानंतर सर्व भाज्या स्वच्छ धुऊन आवडीप्रमाणे कापून घालाव्या. थोडा वेळ परतावे. चांगले परतल्यावर कडेने तेल सुटू लागते. तेव्हा त्यात आले-लसूण-कोथिंबीर-पुदिना यांचे वाटण घालावे. नंतर त्यात गरम मसाला, मिरची पूड व चवीनुसार मीठ घालावे. सर्व मिश्रण चांगले परतून नंतर त्यात दही घालून गॅस बंद करावा. गॅसवर तवा ठेवून त्यावर मध्यम आकाराचे पातेले ठेवावे. पातेल्यात थोडं तेल घालून त्यावर तळलेला कांदा, बटाटा व तमालपत्र पसरावे व त्यावर भाताचा थर लावावा व नंतर भाजीचा थर लावावा. अशा प्रकारे सर्व थर लावून शेवटी भाताला तुपाची फोडणी द्यावी. हवे असल्यास खाण्याचा रंग दुधात कालवून वरून घालावा व भातावर झाकण ठेवून २५ ते ३० मिनिटे शिजवावे. गरम असतानाच बुंदी रायत्याबरोबर सर्व्ह करावे.

''बिर्याणी म्हणजे नॉनव्हेज हे डोक्यात असल्यामुळे बरेच वर्षं मी बिर्याणी खात नव्हतो. आमच्या घराजवळ मोमीनपुरा आणि स्टेशन आहे. तिथे बिर्याणीचे बोर्ड खूप दिसायचे. पण मला ती कधीच खाऊन बघावी, असं वाटलं नव्हतं. मी आठ-दहा वर्षांचा असेन, तेव्हा आम्हाला एका मुसलमान कुटुंबात जेवायला बोलावलं होतं... तिथे बिर्याणीशी पहिली ओळख झाली. त्यांनी आमच्यासाठी म्हणून खास फ्लॉवर वगैरे घालून भाज्यांची बिर्याणी तयार केली होती. तिथेच मी पहिल्यांदा छान सजवलेली नॉनव्हेज बिर्याणीही बघितली. तेव्हा माझ्या मनात पहिल्यांदा बिर्याणी खाऊन बघण्याची इच्छा निर्माण झाली.

एकदा बिर्याणी खाऊन बघितल्यावर ती स्वत: करून पाहण्याचे वेध लागले. आणि मी बिर्याणीचा प्रयोग केला. सातवी- आठवीत असेन तेव्हा. त्या वेळी फारशी अक्कल असायचं कारणच

नव्हतं. जितकं समजत होतं, त्यानुसार छोट्या तांदळाचा भात केला आणि त्यात तळलेल्या भाज्या घातल्या आणि बिर्याणी म्हणून खाऊ घातलं. ती काही श्रीमंती दर्जाची बिर्याणी नव्हे, हे कळायलाही फारशा अकलेची गरज नव्हती.''

शाही व्हेज बिर्याणी

साहित्य

३०० ग्रॅम तांदूळ,
अर्धा किलो भाज्या (गाजर, फ्लॉवर, मटार, फरसबी),
१ पाव कच्च्या बटाट्याचे गोल काप (पाण्यात घालून ठेवणे),
१०० ग्रॅम तूप,
तळायला तेल,
१०० ग्रॅम खवा,
प्रत्येकी ५ चमचे काजू-किशमीश,
२ चमचे कसुरी मेथी,
हिरवी मिरची,
कोथिंबीर, लसूण,
पुदिना, आलं (जाडसर कुटलेले) प्रत्येकी २-२ चमचे,
अर्धा चमचा हळद,
मीठ व साखर चवीनुसार,
पाव चमचा केवडा इसेन्स,
पाव वाटी तळलेल्या कांद्याचे काप,
अर्धी वाटी दही,
अर्ध्या लिंबाचा रस

मसाल्यासाठी :

१ चमचा शहाजिरे,
३-४ मोठी वेलची,
१ चमचा हिरवी वेलची,
अर्धा चमचा लवंग,
अर्धा चमचा काळी मिरी,
दालचिनी १ इंचाचे २ तुकडे,
२-३ दगडफूल,
१ चमचा धणे,
अर्धा चमचा बडीशेप,
अर्धा चमचा जायपत्री.
(सर्व मसाले एकत्र करून पूड करणे.)

कृती

तांदूळ धुवून अर्धा तास भिजत घालावेत, त्याच्या दुप्पट पाणी उकळत ठेऊन त्यामध्ये मीठ, साखर, लिंबाचा रस, ४ चमचे तूप, अर्धी वाटी चिरलेला कांदा, कसुरी मेथी, अर्धा चमचा कुटलेला मसाला,

काजू-किशमीश घालून पाण्याला उकळी आल्यावर त्यात तांदूळ घालून मंद आचेवर शिजवावा. तांदूळ शिजत आल्यावर त्यामध्ये उर्वरित तूप घालून वर थोडीशी हळद घालून झाकून ठेवावे, बटाटा सोडून सर्व भाज्या व पनीर तळून बाजूला ठेवावे. २ चमचे तेलात ४ चमचे आलं-लसूणाचा मसाला परतून त्यात खवा, दही, तळलेल्या भाज्या, पनीर, चवीनुसार मीठ, साखर घालून थोडे पाणी शिंपडून झाकून ठेवावे. दुसऱ्या एका जाड बुडाच्या पसरट भांड्यात थोडेसे तेल घालून त्यावर बटाट्याचे काप पसरून नंतर एक भाताचा थर त्यावर भाजीचा थर, पुन्हा भाताचा थर असे थर लावून त्यावर केवडा इसेन्स व थोडे पाणी शिंपडून, मंद आचेवर तव्यावर १५-२० मिनिटे झाकून ठेवावे. सर्व्ह करते वेळी त्यावर पुदिना, तळलेला कांदा घालून दही व कांद्याच्या रायत्याबरोबर सर्व्ह करावी.

हेल्दी बिर्याणी

साहित्य

२ वाट्या तांदूळ, २ चहाचे चमचे तेल, दालचिनी छोटा तुकडा, प्रत्येकी २ लवंगा-वेलची-मिरे, प्रत्येकी अर्धी वाटी - फ्लॉवर, गाजर, मटारचे दाणे, मोड आलेले हिरवे मूग, आले-लसूण पेस्ट, चवीनुसार मीठ, १ वाटी मोड आलेली ज्वारी, २ चमचे गरम मसाला, २ चमचे लाल तिखट, खोबरे, ८ खारे काजू, थोडी कोथिंबीर

कृती

२ वाट्या तांदूळ धुवावेत. कढईमध्ये २ चहाचे चमचे तेल तापवून त्यात दालचिनीचा तुकडा, २ लवंगा, वेलची, मिरे घालावेत. त्यात चिरलेल्या भाज्या (फ्लॉवर, गाजर, मटारचे दाणे, मोड आलेले हिरवे मूग) घालाव्यात. नंतर आले-लसूण पेस्ट परतून घ्यावी. त्यात धुतलेले तांदूळ घालून तांदळाच्या दुप्पट पाणी, चवीनुसार मीठ घालावे. भाताला चांगली उकळी आली की मंद आचेवर भात शिजवावा. कुकरमध्ये १ मोठा चमचा तेल तापवावे. त्यात अर्धी वाटी चिरलेला कांदा आणि बारीक चिरलेले टोमॅटो घालून मिश्रण परतून घ्यावे. त्यावर मोड आलेली ज्वारी घालून मिश्रण परतावे. पाव चमचा तिखट, गरम मसाला आणि चवीनुसार मीठ व १ वाटी पाणी घालून शिजवावे.

"तेलंगी आचाऱ्यांना बिर्याणी करताना बघितलं. ते भाज्या तळून दही-मसाल्यात मुरवत ठेवत आणि त्या भाज्या अर्धवट शिजलेल्या भातात घालत. दोन किलो तांदळाला दोन किलो भाज्या हे प्रमाण होतं. अर्धवट भात शिजला की खालून वरून कोळसे घालायचे. म्हणजे बिर्याणीला छान 'दम' मिळत असे. म्हणजेच उष्णता मिळत असे. लहान असताना लग्नकारणाच्या पंगतीत मी स्वयंपाकघराच्या दाराशी

तीन शिट्ट्या झाल्यावर गॅस बंद करावा.
शिजवलेल्या भातामध्ये कुकरमधील ज्वारी मिसळावी. त्यावर खोबरे, तुकडे केलेले ८ खारे काजू आणि कोथिंबीर पसरून सर्व्ह करावे.

बसायचो, ते गरम गरम पहिल्या वाफेचा भात खायला मिळावा, म्हणून. तेव्हा गरमागरम भाज्या घातलेला भात, मठ्ठा आणि जिलेबी असा मस्त बेत असे. ''

बैंगन बिर्याणी

साहित्य

२ वाट्या तांदूळ, ७/८ छोटी वांगी, २ चमचे खडा मसाला दगडफूल २-३, लवंग १ चमचा, दालचिनी २ चमचे, मोठी वेलची ३-४, छोटी वेलची १ चमचा, काळी मिरी पाव चमचा, जायपत्री पाव चमचा (हे सर्व जिन्नस एकत्र घेऊन बारीक पूड करावी),

अर्धी वाटी दही, मीठ-साखर चवीनुसार, चिंचेचा कोळ ५ चमचे, आलं पेस्ट २ चमचे, धणे-जिरे पूड १-१ चमचा, मिरची पेस्ट २ चमचे, गूळ चवीनुसार, हळद अर्धा चमचा, उडीद डाळ २ चमचे, ओलं खोबर अर्धी वाटी, कोथिंबीर अर्धी वाटी

कृती

तांदळाच्या दीडपट पाणी घेऊन भात शिजवत ठेवावा. पाणी उकळू लागले की त्यात दही, खडा मसाला, मीठ व साखर घालून भात थोडासा कच्चा राहील इतपत शिजवून घ्यावा. चिंचेचा कोळ, आलं पेस्ट, मिरची पेस्ट, धणे-जिरे, गूळ, हळद, उडीद डाळ याची एकत्र पेस्ट करून घ्यावी. या पेस्टमध्ये ओलं खोबरं व कोथिंबीर एकत्र करून हा मसाला वांग्यात भरावा.
ही भरलेली वांगी थोड्या तेलावर परतून वाफ काढावी. ही अर्धकच्ची वांगी भातात पेरून भात हलक्या हाताने ढवळून मंद आचेवर परत वाफ काढून घ्यावी. गरमगरम वाढावे.

तोंडली बिर्याणी

साहित्य

१ वाटी तांदूळ,
दीड वाटी दही,
पाव किलो उभी चिरलेली तोंडली,
१ चमचा आलं-लसूण पेस्ट,
१ चमचा हिरवी मिरची पेस्ट,
१ वाटी तळलेला कांदा,
१ वाटी कोथिंबीर-पुदिना,
पाव चमचा मेथ्या,
४ लवंगा,
१ तमालपत्र,
दालचिनी तुकडा,
तूप,
कढीपत्ता,
तेल,
मीठ व साखर,
जिरे,
२ चमचे हळद घातलेले दूध

कृती

तेलात लवंग, तमालपत्र, दालचिनी घालून परतावे. दीड वाटी पाणी आणि थोडेसे मीठ घालून भात शिजवावा. तोंडली सोनेरी रंगावर तळून घ्यावी. दह्यात मीठ, साखर, लवंग, दालचिनी पूड व तोंडली घालून कालवावे. तुपात जिरे, हिंग, मेथ्या, कढीपत्ता घालून फोडणी करावी. आलं-लसूण-मिरची पेस्ट, थोडा तळलेला कांदा, कोथिंबीर एकत्र करावी. त्यात वरील दह्याचे मिश्रण घालावे. एक वाफ आणावी. एका भांड्यात भाताचा थर लावून त्यावर तळलेला कांदा, कोथिंबीर, पुदिना यांचा थर देऊन तोंडल्याचा थर द्यावा. असे दोन-तीन थर लावावेत. मध्ये मध्ये हळदीचे दूध चमच्याने घालावे. घट्ट झाकण ठेवून ५ ते १० मिनिटे बिर्याणीला दम द्यावा. गरमगरम वाढावे.

मशरुम बिर्याणी

साहित्य

अर्धा किलो बासमती तांदूळ शिजवून,
२ कांदे उभे तळून,
२ टोमॅटो, सिमला मिरची,
बटाटे व मशरुमचे चौकोनी तुकडे,
फ्लॉवर,
मटार,
बारीक चिरलेली कोथिंबीर व पुदिना २ मूठ,
६ मोठे चमचे दही,
६ मोठे चमचे आलं-लसूण पेस्ट,
२ मोठे चमचे लवंगा, मिरे, जिरे, मोठी-छोटी वेलची यांची भरड पूड,
१ मोठा चमचा गरम मसाला,
लाल तिखट,
३ चमचे बिर्याणी मसाला,
मीठ,
तेल

कृती

पातेल्यात तेल कडकडीत तापवून घ्यावे. त्यात सर्व भाज्या तळेपर्यंत परतून घ्याव्यात. मग त्यात आलं-लसूण-मिरची पेस्ट घालावी. त्यातच कांदा, कोथिंबीर, पुदिना, सर्व मसाले, दही, मीठ घालून तेल सुटेपर्यंत १५ ते २० मिनिटे परतून घ्यावे. मोठ्या आचेवर भाजी करावी. दुसऱ्या भांड्यात खाली भाताचा थर, त्यावर भाजीचा समान जाडीचा थर, पुन्हा भाताचा थर असे दाबून थर लावावेत. वरून सजावटीसाठी काजू, कांदा घालून झाकण ठेवून १० मिनिटे मंद गॅसवर वाफ द्यावी. तयार बिर्याणी गरमागरम सर्व्ह करावी.

मूग बिर्याणी

साहित्य

१ वाटी बासमती तांदूळ, पाव वाटी मोड आलेले मूग, १ कांदा, ओले खोबरे, ३ मिरच्या, ७-८ लसूण पाकळ्या, १ लिंबाचा रस, कोथिंबीर, पाव वाटी डाळिंबाचे दाणे, ३ चमचे तूप, १ चमचा तेल, अर्धा चमचा बिर्याणी मसाला, मीठ

कृती

बासमती तांदूळ १५ मिनिटे आधी धुवून ठेवावेत. तांदळात २ चमचे तूप, मीठ, पाऊण वाटी पाणी घालून कुकरमध्ये भात शिजवून घ्यावा. मोड आलेले मूग कुकरमध्ये १ शिटी करून शिजवून घ्यावेत. प्रथम ओलं खोबरं, हिरव्या मिरच्या, लसूण, कोथिंबीर यांचे वाटण करावे. पॅनमध्ये १ चमचा तेल घालून त्यात १ चमचा ओवा, केलेले वाटण, मीठ व मूग घालून परतून घ्यावे. त्यात १ चमचा लिंबाचा रस घालून, परतून बाऊलमध्ये काढून घ्यावे. आता पॅनमध्ये २ चमचे तूप घालून त्यात चिरलेला कांदा परतून घ्यावा. तो २-३ मिनिटे शिजवून त्यात अर्धा चमचा बिर्याणी मसाला घालून त्यात तयार भात परतून झाकण ठेवून २-३ मिनिटे वाफ येऊ द्यावी. गरम बिर्याणी सर्व्ह करावी.

मसूर बिर्याणी

साहित्य

३ वाट्या मोड आलेले मसूर, २ वाट्या तांदूळ, १ वाटी पनीर, १ टोमॅटो उभा चिरलेला, १ कांदा उभा चिरलेला, ३ चमचे धणे पूड, ३ चमचे तिखट, २ चमचे आलं-लसूण पेस्ट, १ टी-स्पून हळद, बारीक चिरलेली कोथिंबीर व पुदिना, आवडीनुसार तळलेले काजू, दही व साजूक तूप प्रत्येकी अर्धी वाटी, ५ चमचे बिर्याणी मसाला, ४ चमचे तेल

कृती

तांदूळ धुऊन निथळत ठेवावेत. दोन वाट्या पाणी घालून उकळी आल्यावर त्यात निथळलेले तांदूळ घालून भात मोकळा शिजवून घ्यावा. तेलावर चिरलेला कांदा घालून लाल होईपर्यंत परतून घ्यावा. धणे पूड, हळद, तिखट, आलं-लसूण पेस्ट, दही, टोमॅटो, पनीरचे चौकोनी तुकडे, काजू, बिर्याणी मसाला, मीठ व मसूर घालून परतून घ्यावे. झाकण ठेवून बाजूला ठेवावे.

दुसऱ्या एका मोठ्या पातेल्यात खाली पाव चमचा तूप घालून त्यावर भाताचा एक थर पसरावा. त्यावर तयार असलेली मसूर मसाला ग्रेव्ही घालावी. त्यावर तूप घालावे. वर तळलेला कांदा पसरावा. झाकण ठेवून पातेले तव्यावर ठेवून १० मिनिटे मंद आचेवर बिर्याणी शिजवून घ्यावी. गरमागरम खायला द्यावी.

काबुली बिर्याणी

साहित्य

२ वाट्या तांदूळ,
२ वाट्या काबुली चणे,
२ मध्यम आकाराचे बटाटे,
१०/१२ मद्रासी कांदे,
४ चमचे तूप,
१ चमचा शहाजिरे,
अर्धा चमचा लवंग,
२ चमचे आलं-लसूण पेस्ट,
१ चमचा जायपत्री,
४/५ पुदीन्याची पाने,
४/५ हिरव्या मिरच्या,
अर्धी वाटी मलईचे दही,
अर्धी वाटी खवा,
बदाम, पिस्ते, काजू, किशमीश अर्धी वाटी,
१ चमचा लिंबाचा रस,
मीठ-साखर चवीनुसार

कृती

काबुली चणे आदल्या रात्री भिजवून ठेवावेत. कुकरमध्ये मीठ घालून शिजवून घ्यावेत. तांदूळ धुवून निथळत ठेवावेत. मद्रासी कांदे तळून बाजूला ठेवावेत. एका पॅनमध्ये २ चमचे तूप घालून शहाजिरे घालून आलं-लसूण पेस्ट, पुदिना व हिरवी मिरची पेस्ट घालून परतून घ्यावे. त्यात मलईचे दही, खवा, चवीनुसार मीठ-साखर व शिजवलेले काबुली चणे घालावेत. चणे शिजवलेले पाणी फेकून न देता ते पाणी दुसऱ्या भांड्यात घेऊन त्यात ३ चमचे साजूक तूप, लिंबाचा रस, लवंग, कसुरी मेथी, जायपत्री घालून पाण्याला उकळी येऊ द्यावी. पाण्याला उकळी आल्यावर त्यात धुतलेला तांदूळ घालून मंद आंचेवर शिजवून घ्यावा. एका जाड बुडाच्या पातेल्यात खाली बटाट्याच्या चकत्या ठेवाव्यात. त्यावर तयार भाताचा थर घालावा. त्यावर काबुली चण्याचा थर लावावा. मध्ये तळलेले कांदे घालावेत. एकावर एक असे थर लावावेत. सगळ्यात शेवटी बदाम-पिस्ते-काजू-किशमीशचे काप घालून झाकण घट्ट लावून मंद आंचेवर दहा मिनिटे दम द्यावा. दम देण्यासाठी जाड तव्यावर थोडं पाणी घालून त्यावर झाकण ठेवलेले भाताचे पातेले ठेवावे. किंवा ३ मिनिटांसाठी मायक्रोवेव्हमध्ये ठेवावे. गरमागरम खायला द्यावे.

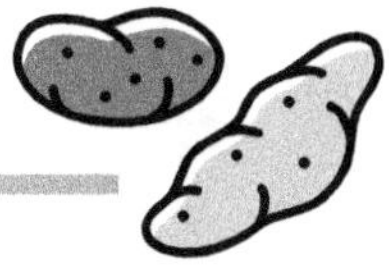

कडधान्यांची बिर्याणी

साहित्य

२ वाटी बासमती तांदूळ,
२ तुकडे दालचिनी,
४ लवंगा,
३ तमालपत्रं,
पाव चमचा शहाजिरे,
२ मसाला वेलची,
४ चमचे तूप,
पाव वाटी मोड आलेले मसूर-मटकी-हिरवे मूग,
आले-लसूण पेस्ट,
१ चमचा लिंबू रस,
मीठ,
४ लवंगा, १ दालचिनी, २ हिरवी वेलची आणि जायफळ यांची पूड,
४ कांदे,
१ टोमॅटो,
थोडे मलई दही,
४ चमचे तेल,
८ काजू,
कोथिंबीर

कृती

तांदूळ धुवून ठेवावेत. कुकरमध्ये ४ चमचे तूप, खडा मसाला घालावा. तांदूळ परतावेत. दुप्पट गरम पाणी, १ चमचा तूप, लिंबू रस, मीठ घालून मोकळा भात करून घ्यावा. मोड आलेली कडधान्ये ४ मिनिटे वाफवून घ्यावीत. कढईत तेल घालावे. आलं-लसूण पेस्ट, बारीक चिरलेला कांदा, टोमॅटो घालावा. १ चमचा खडा मसाला पूड घालावी. मीठ, दही, कडधान्ये घालावीत. पातेल्यात थोडे तूप, तमालपत्र घालावे, भात पसरावा. त्यावर कडधान्य ग्रेव्ही घालावी. एकावर एक थर द्यावेत. शेवटी तळलेले काजू, कांदा, कोथिंबीर घालावी. भातामध्ये खड्डा करून वाटीत गरम कोळशावर तूप घालून दमदमीत वाफ द्यावी. गरमागरम खायला द्यावे.

पौष्टिक सोयाबीन बिर्याणी

साहित्य

२०० ग्रॅम भिजवलेले सोयाबीन तुकडे,
२ वाट्या तांदूळ,
१ चमचा आलं-लसूण पेस्ट,
२ चमचे बिर्याणी मसाला,
२ तमालपत्रं,
५ लवंगा,
२ दालचिनी,
अर्धी वाटी गाजराचे तुकडे,
१ वाटी दही,
१ वाटी उभा चिरलेला कांदा (लालसर तळलेला),
चवीपुरते मीठ,
फोडणीला तेल,
कोथिंबीर

कृती

भिजवलेले सोयाबीन घेऊन त्याला दही, आलं-लसूण पेस्ट, चिरलेली थोडी कोथिंबीर, केशर व मीठ लावावे. अर्धा तास मॅरिनेट करण्यासाठी ठेवावे. तांदूळ अर्धा तास आधी धुवून ठेवावेत. अर्ध्या तासानंतर तेलावर फोडणीत लवंग, दालचिनी घालून त्यावर तांदूळ घालून चांगले परतावे. मोकळा भात शिजवून घ्यावा. चवीला मीठ घालावे.दुसऱ्या पातेल्यात तेल घालून मॅरिनेट केलेले सोयाबीन घालावे. बिर्याणी मसाला घालावा. तमालपत्र घालावे. त्यात तळलेला थोडा कांदा घालावा चांगले परतून घ्यावे. गाजराचे तुकडे घालावेत. त्यावर अर्धा तयार भात पसरावा. त्यावर लाल केलेला कांदा पसरावा. परत त्यावर उरलेला भात पसरावा. या सर्व थरांच्या वरून दोन चमचे तूप सोडावे आणि घट्ट झाकण लावावे किंवा झाकणावर वजनदार वस्तू ठेवावी. मंद विस्तवावर, वाटल्यास खाली तवा ठेवून, १० ते १५ मिनिटे वाफ द्यावी. कोथिंबीर घालून गरमागरम वाढावी.

पनीर दम बिर्याणी

साहित्य

२ वाट्या बासमती तांदूळ,
३ मोठे चमचे साजूक तूप,
१ मोठा कांदा,
१ चमचा आलं-लसूण पेस्ट,
दीड चमचा धणे-जिरे पूड,
१ चमचा बिर्याणी मसाला,
१ वाटी दही,
मटार, फ्लॉवर, गाजर (वाफवलेले) प्रत्येकी पाव वाटी,
१ चमचा तिखट,
अर्धा चमचा हळद,
पनीरचे तळलेले चौकोनी तुकडे १ वाटी,
लवंगा, मिरी, जायपत्री, चक्रीफूल, दगडफूल, दालचिनी, तमालपत्र आवडीनुसार,
१ चमचा जिरे,
चवीनुसार मीठ

कृती

दह्यात तिखट, हळद, कोथिंबीर, पुदिना घालून त्यात सर्व भाज्या व पनीरचे तळलेले मोठे चौकोनी तुकडे घालून एकत्र करून घ्यावे. तुपावर थोडे खडे मसाले घालून तांदूळ परतून घेऊन मोकळा भात शिजवून घ्यावा. एका जाड बुडाच्या पातेल्यात साजूक तूप घेऊन त्यावर प्रथम खडे मसाले, नंतर कांदा व आले-लसूण पेस्ट घालून परतावे. यातील निम्मे मिश्रण काढून बाजूला ठेवावे.

जाड बुडाच्या पातेल्यात खाली भाजीचा थर लावून वर भाताचा थर लावावा. त्यावर पुन्हा भाजीचा थर द्यावा व त्यावर पुन्हा भाताचा थर द्यावा. झाकण ठेवून पातेले तव्यावर ठेवून १० मिनिटे मंद आचेवर बिर्याणी शिजवून घ्यावी. सर्व्ह करताना तळलेले काजू व कांदा घालावा.

पोटली बिर्याणी

साहित्य

४ वाट्या तांदूळ,
२ वाट्या मैदा,
१ वाटी स्प्राऊट्स (मोड आलेली कडधान्ये),
१ वाटी मिक्स व्हेजिटेबल्स (फ्लॉवर, मटार, फरसबी, गाजर वगैरे आवडीनुसार),
४ चमचे आलं-लसूण पेस्ट,
१ वाटी चिरलेला कांदा,
अर्धी वाटी खवा,
अर्धी वाटी काजू-किशमीश,
५ चमचे खडा मसाला,
अर्धी वाटी तूप,
२ लिंबे,
१ चमचा कसुरी मेथी,
१ वाटी पनीर,
अर्धी वाटी टोमॅटो सॉस,
कोथिंबीर,
मीठ, साखर व तिखट चवीनुसार

कृती

पाणी उकळत ठेवून त्यात लिंबू, खडा मसाला, कसुरी मेथी, चवीनुसार मीठ-साखर घालून पाण्याला उकळी आल्यावर त्यात धुतलेला तांदूळ घालून शिजवत ठेवावे. मैदा चाळून त्यात मीठ घालून हाताने मिक्स करून घ्यावे. त्यात गरम पाणी घालून घट्ट गोळा भिजवून घ्यावा. त्याच्या गोल पुऱ्या लाटून ठेवाव्या. सगळ्या भाज्या एकत्र करून वाफवून घ्याव्या. वाफवलेल्या भाज्यांत चवीनुसार आलं-लसूण पेस्ट व मीठ घालून एकत्र करून ठेवावे. खव्यामध्ये काजू-किशमीश घालून एकत्र करावे.

थोड्याशा तेलावर लसूण घालून त्यात हळद, तिखट, मीठ व कोथिंबीर घालून परतून घ्यावे. पनीर कुस्करून त्यात तिखट, मीठ, कसुरी मेथी, टोमॅटो सॉस व कोथिंबीर घालून एकत्र मळावे. लाटलेल्या पुऱ्यांमध्ये हे वेगळे मिश्रण (भाज्या + खवा + पनीर - प्रत्येकी १-१ वाटी) भरून त्याच्या पोटल्या करून घ्याव्यात. त्या गरम तेलात मंद आंचेवर तळून घ्याव्यात. या तळून ठेवलेल्या पोटल्या शिजलेल्या भातात घालून छान ढवळून घ्यावे. मंद आचेवर वाफ काढून घ्यावी. सर्व्ह करताना वरून तळलेला कांदा घालावा.

मोती बिर्याणी

साहित्य

२ वाट्या बासमती तांदूळ,
४ चमचे तूप,
अर्धा चमचा शहाजिरे,
४ काळे मिरे,
२ तमालपत्र,
१ मसाला वेलदोडे,
२ दालचिनी तुकडे,
३ वेलदोडे,
चिमूटभर जायफळ,
उकडलेला बटाटा,
१ चमचा आलं-लसूण-मिरची पेस्ट,
पनीर,
कॉर्नफ्लोअर,
मीठ,
२ कांदे,
२ टोमॅटो,
आवडीनुसार काजू,
मटार, फ्लॉवर, फरसबी, गाजर, स्वीट कॉर्न एकत्रित भाज्या २ वाट्या

कृती

प्रथम तांदूळ धुऊन २ तास निथळत ठेवावेत. कुकरमध्ये तूप घालून त्यावर खडा मसाला घालून तांदूळ परतून घ्यावेत. तांदळाच्या दुप्पट आधणाचे पाणी घालून मीठ, पाव चमचा लिंबाचा रस घालून मोकळा भात शिजवून घ्यावा. तेलावर कांदा टोमॅटो पेस्ट परतावी. आलं-लसूण-मिरची पेस्ट, खडा मसाला घालावा. अर्धी वाटी दही घालून तेल सुटेपर्यंत परतावे. भाज्या परतून घ्याव्या व ग्रेव्हीमध्ये घालाव्या. पनीर १०० ग्रॅम, २ उकडलेले बटाटे, २-३ चमचे मक्याचे पीठ, चवीनुसार मीठ व थोडी कोथिंबीर घालून एकत्र मिसळून त्याचे वाटाण्यापेक्षा मोठे गोळे करून तळून बाजूला ठेवावे. काजू व कांदा वेगवेगळा तळून घ्यावा. पातेल्यास तूप लावून त्यावर तमालपत्र पसरावे. वर भाताचा थर द्यावा. त्यावर भाज्या, काजू व कांद्याचा थर द्यावा. वर पुन्हा भाताचा थर द्यावा. त्यावर केशरमिश्रित दूध घालून चांगली वाफ काढावी. सर्व्ह करताना डिशमध्ये बिर्याणी, त्यावर पनीर बॉल्स, तळलेले काजू व कांदा घालावा.

''अबिदभाई नावाच्या आमच्या एका मुसलमान मित्राकडे एकदा मेजवानीला जाण्याचा योग आला. तिथे नॉनव्हेज बिर्याणीचा बेत होता. मेजवानीचं टेबल छान सजवलं होतं. चांदीच्या ताटांची पंगत लागली होती. चांदीचे मेणबत्तीचे स्टँड लावले होते. टेबलावर सोन्याचा वर्ख लावलेल्या बिर्याणीचं पातेलं आलं. त्यावर चक्क चांदीचा वर्ख लावलेली मोत्याची माळ लावलेली होती. ते मोती खाण्यासाठी होते. आतडीच्या नळीत अंडं फेटून भरून त्याला दोरे बांधले होते. ते वाफेवर फुगून आल्यावर त्यांचे दोरे सोडले होते आणि त्यावर चांदीचा वर्ख लावला होता. ते छान मोत्याच्या माळेसारखं दिसत होतं. ते मोती बिर्याणीबरोबर खाल्ले. अहाहा.. काय चव होती ती! बहारदार!''

सुकामेवा बिर्याणी

साहित्य

२ वाट्या बासमती तांदूळ,
अर्धी वाटी साजूक तूप,
३ वाट्या साखर,
८-१० लवंगा,
चमचाभर वेलदोड्याचे दाणे,
पाव वाटी काजू,
पाव वाटी बदामाचे काप,
पाव वाटी बेदाणे,
३ वाट्या दूध,
पाव चमचा केशर,
अर्धी वाटी साय

कृती

तांदूळ धुवून अर्धा तास भिजत घालावेत. उपसून कोरडे होईपर्यंत निथळत ठेवावेत. ३ वाट्या पाणी उकळावे. एका पॅनमध्ये २ चमचे साजूक तूप घालून त्यावर लवंगा, वेलदोड्याचे दाणे घालून परतावे. त्यावर काजू, बदाम, पिस्ता काप व बेदाणे घालून परतून घ्यावेत. नंतर तांदूळ घालून परतून घ्यावे. त्यात जरूरीनुसार आधणाचे पाणी घालून मोकळा भात शिजवून घ्यावा.

दुसऱ्या भांड्यात दूध घालून त्यात केशर व साखर घालून दूध आटवून घ्यावे. जाड बुडाच्या भांड्याला तळाशी आणि बाजूला साजूक तूप लावून त्यावर निम्मा भात पसरावा. त्यावर आटवलेले दूध घालावे. त्यावर पुन्हा एक भाताचा थर लावावा. वर आवडीनुसार सुकामेवा पसरावा. शेवटी थोडी साय आणि तूप घालावे. घट्ट झाकण लावून पातेले तव्यावर ठेवून १० मिनिटे मंद आंचेवर बिर्याणी शिजवून घ्यावी व खायला द्यावी.

मॅकरोनी बिर्याणी

साहित्य

१ वाटी उकडलेली मॅकरोनी,
१ वाटी तांदूळ,
१ वाटी तळलेला कांदा,
१ चिरलेला कांदा,
तिखट, मीठ, हळद,
१ चमचा बिर्याणी मसाला,
१ तमालपत्र,
६ लवंगा,
१ दालचिनी,
१ वेलची,
पाव वाटी पुदिना पाने,
कोथिंबीर,
२-३ चमचे दही,
बटर, तेल,
१ चमचा आलं-लसूण पेस्ट,
प्रत्येकी अर्धा वाटी मटार व घेवडा,
१ ढोबळी मिरची,
क्रीम,
केशराचे दूध.

कृती

बटर व तेलावर आलं, लसूण, कांदा परतून घ्यावा. त्यात हळद,तिखट, मीठ घालून भाज्या परतून घ्याव्यात. एक वाफ आणावी. नंतर त्यात नूडल्स मसाला, दही घालून परतावे. तेल सुटू लागल्यावर मॅकरोनी घालावी व परतावी. शेवटी क्रीम घालून हलवावे. बटर व तेलावर लवंग, दालचिनी, तमालपत्र, वेलची घालून तांदूळ परतावे व मीठ घालून मोकळा भात शिजवून घ्यावा.

एका भांड्यात तळाला भाताचा थर देऊन त्यावर तळलेला कांदा, पुदिना,कोथिंबिरीचा थर द्यावा. त्यावर मॅकरोनी घालावी. असे २-३ थर देऊन केशरी दूध व तूप कडेने सोडून दम द्यावा. गरमगरम वाढावे.

लाल तांदळाची बिर्याणी

साहित्य

२ वाट्या लाल तांदूळ,
१ वाटी फ्लॉवरचे तुरे,
१ वाटी बारीक चिरलेला कोबी,
१ वाटी दही,
१ मध्यम आकाराचा कांदा,
४ चमचे आलं-लसूण पेस्ट,
१ चमचा मेथीदाणे,
५/६ दगडफुले,
लवंग, वेलची व तमालपत्र,
८/१० काळी मिरी,
पुदीना,
कोथिंबीर,
चवीनुसार मीठ

कृती

मेथीदाणे आदल्या दिवशी भिजत घालून त्याला मोड आणावे. कांद्याची व कोबीची वेगवेगळी पेस्ट करून घ्यावी. फ्लॉवर वाफवून घ्यावा. ४ वाट्या पाणी उकळत ठेवून त्यात खडा मसाला, आलं-लसूण पेस्ट व मीठ घालून पाणी उकळत ठेवावे. पाणी उकळले की त्यात तांदूळ व मोड आलेली मेथी घालावी. तांदूळ शिजत आल्यावर त्यात २ चमचे तेल व ३ चमचे दही घालावे.

दुसऱ्या पातेल्यात थोड्याशा तेलावर आलं-लसूण घालून त्यावर कांद्याची व कोबीची पेस्ट घालावी. चांगली परतल्यावर त्यात चमचाभर फेटलेले दही घालावे. वाफवलेले फ्लॉवरचे तुरे घालावे. हे मिश्रण तयार झाले की भाताचे व या मिश्रणाचे एकावर एक थर लावावेत. मंद आंचेवर तवा ठेवावा त्यावर पाणी घालावे आणि भाताचे भांडे ठेवावे. झाकण घट्ट लावून दमदमीत वाफ येऊ द्यावी. नंतर गरमगरम खायला द्यावे.

दलिया बिर्याणी

साहित्य

२ वाट्या उकडलेला दलिया,
१ वाटी टोमॅटो प्युरी,
१ वाटी किसलेले पनीर,
१ वाटी चिरलेली मेथी,
५ पाकळ्या चिरलेला लसूण,
२ चमचे गव्हाचे पीठ,
४ हिरव्या मिरच्या बारीक चिरलेल्या,
१ चमचा गरम मसाला,
२ लाल सुक्या मिरच्या,
३ चमचे तेल,
१ चमचा तूप,
तिखट व मीठ चवीनुसार

कृती

एक चमचा तेलात आलं-लसूण-मिरची-कोथिंबीर यांची पेस्ट व मीठ घालून थोडे परतून घ्यावे. त्यात पनीर घालून परतावे. मग गव्हाचे पीठ घालून परतवून एक वाफ द्यावी. खाली उतरून कोमट असतानाच त्याचे बॉल्स करावे. एका जाड बुडाच्या पातेल्यात तेल गरम करावे. त्यात लसूण व लाल मिरची घालावी. टोमॅटो प्युरी, तिखट व मीठ घालावे. त्यात दलिया घालून परतून झाकण ठेवून वाफ द्यावी. थोडे घट्ट झाल्यावर त्यात पनीर बॉल्स घालावेत. २ वाफा द्याव्यात. झाकण काढून १ चमचा तूप घालावे. व्यवस्थित ढवळून गॅस बंद करावा. काही वेळ झाकून ठेवावे.

टीप : दलियाऐवजी ब्राऊन राईस वापरूनही ही बिर्याणी करता येईल.

भरता बिर्याणी

साहित्य

१ नग भरताचे वांगे
१ वाटी तांदूळ
१ वाटी पातीचा कांदा
कोथिंबीर
अर्धी वाटी मलईचे दही
साखर चवीनुसार
१ चमचा मोहरी
२ चमचे बारीक चिरलेला लसूण
चवीनुसार मीठ
४ चमचे तेल
अर्धा चमचा हळद
पाव चमचा हिंग
१ लिंबू

कृती

सर्व प्रथम दीड वाटी पाणी गरम करून उकळी आल्यावर त्यात २ चमचे तेल, हिंग, मीठ घालून अर्धे लिंबू पिळावे. नंतर यात धुतलेले तांदूळ घालून मंद आचेवर भात शिजत ठेवावा. तोपर्यंत वांग भाजून त्यात अर्धी वाटी मलईचे दही, बारीक चिरलेला पातीचा कांदा, चवीनुसार मीठ, कोथिंबीर घालून मिश्रण एकत्र करावे. त्यावर हिंग, मोहरी, हळद, बारीक चिरलेला लसूण याची फोडणी द्यावी. भात पूर्णपणे शिजल्यावर दुसऱ्या एका भांडयात एक भाताचा थर, दुसरा भरीताचा थर असे लावून पुन्हा १५ ते २० मिनिटे मंद आचेवर गरम करावे किंवा मायक्रोवेव्ह प्रूफ भांडयात अशाच प्रकारे थर लावून थोडे पाणी शिंपडावे व ३ मिनिटे गरम करून सर्व्ह करावे.

कोकोनट राईस बिर्याणी

साहित्य

२ वाट्या तांदूळ,
२ वाट्या नारळाचे दूध,
२ नग स्टार फूल,
मीठ, साखर चवीनुसार,
४-५ हिरवी मिरची,
२ चमचे आलं-लसूण पेस्ट,
२ चमचे नारळाचे तेल,
अर्धी वाटी कोथिंबीर,
अर्धा चमचा आमचूर पूड,
२ वाट्या ओल्या नारळाचे तुकडे,

कृती

तांदूळ स्वच्छ धुऊन घ्यावे. नारळाचे दूध गरम करावे, त्यामध्ये अर्धी वाटी पाणी घालावे. मिश्रण उकळल्यावर यामध्ये स्टार फूल व धुतलेला तांदूळ घालावा. चवीनुसार मीठ व साखर आणि बारीक चिरलेली हिरवी मिरची घालावी. भात शिजत असतांना नारळाचे तेल घालावे. भात मंद आचेवर शिजवून घ्यावा. दुसऱ्या एका पॅनमध्ये २ चमचे तेल घेऊन त्यामध्ये आलं-लसूण पेस्ट, कोथिंबीर छान परतून घ्यावी. यामध्ये आमचूर पूड, चवीनुसार मीठ, साखर घालावी. ओल्या नारळाचे बारीक तुकडे करून थोडया तेलात परतून घ्यावे. त्यामध्ये हा मसाला घालावा. नंतर दुसऱ्या पातेल्यात हा तयार मसाला व नारळाच्या दुधात शिजवलेला भात यांचे थर लावावे. १० ते १५ मिनिटे गरम तव्यावर ठेवून दम द्यावा. कोथिंबीर घालून सर्व्ह करावे.

टोफू बिर्याणी

साहित्य

१ वाटी मलईचे दही,
पाव चमचा हळद,
२ चमचे जाडसर आलं-लसूण,
४-५ हिरवी मिरची,
कोथिंबीर,
चवीनुसार मीठ, साखर,
१ वाटी चिरलेला कांदा,
२०० ग्रॅम टोफू,
४ चमचे साजूक तूप,
१ चमचा बिर्याणी मसाला,
अर्धा चमचा लिंबाचा रस,
पाव वाटी तळलेला कांदा,
४ चमचे काजू,
किशमीश,
२ वाट्या तांदूळ

कृती

सर्व प्रथम मलईचे दही घेऊन त्यामध्ये हळद, जाडसर कुटलेले आलं-लसूण, हिरवी मिरची, कोथिंबीर, हळद व मीठ घालावे. नंतर यात लांब चिरलेला कांदा व टोफूचे तुकडे घालून ठेवावे. एका पातेल्यात ३ वाट्या पाणी घेऊन त्यामध्ये १ चमचा बिर्याणी मसाला, अर्ध्या लिंबाचा रस, मीठ, साखर व साजूक तूप घालावे. पाणी उकळल्यावर त्यामध्ये २ वाट्या धुतलेले तांदूळ घालून मंद आचेवर शिजवावे. तांदूळ शिजत आल्यावर वरच्या बाजूचा भात थोडा बाजूला काढावा. त्यामध्ये टोफूचे मिश्रण घालून परत भात घालून चमच्याने दाबावे. झाकण लावून मंद आंचेवर १० ते १५ मिनिटे ठेवावे. सर्व्ह करतेवेळी त्यावर तळलेला कांदा, काजू, किसमीस घालावे. बुंदी रायत्याबरोबर सर्व्ह करावे.

सुसॅन बिर्याणी

साहित्य

१ किलो मैदा,
४ चमचे सोया सॉस,
चवीनुसार मीठ,
२ वाट्या तांदूळ,
१ वाटी दही,
१ वाटी चिरलेला कांदा,
४-५ हिरव्या मिरच्या,
१०-१२ लसूण पाकळया,
१ चमचा आलं,
अर्धा चमचा हळद,
कोथिंबीर,
२ चमचे आलं-लसूण पेस्ट,
१-१ चमचा खडा मसाला (दालचिनी, लवंग, स्टारफूल, वेलची),
१ चमचा लिंबाचा रस,
चवीनुसार साखर,
पाव वाटी साजूक तूप

कृती

सर्वप्रथम १ किलो मैदा पाण्यात घट्ट भिजवून चांगला मळून घ्यावा. १५-२० मिनिटांनंतर एका पाण्याच्या भांड्यात त्याला व्यवस्थित चोळत राहावे. त्यामुळे त्याचा पांढरा स्टार्च निघून जाईल. हे पांढरे पाणी फेकून पुन्हा नवीन पाणी घ्यावे किंवा हे भांडे सरळ नळाच्या बारीक धारेखाली ठेवावे. पूर्ण स्टार्च निघून गेल्यावर जो पदार्थ उरतो त्याला ग्लूटेन असे म्हणतात. नंतर थोडे पाणी गरम करून त्यामध्ये सोया सॉस व थोडे मीठ घालून चांगले उकळावे. यात ग्लूटेन घालून शिजवून घ्यावे. नंतर याचे मोठे तुकडे करून ठेवावे (साधारण ३ वाट्या). बासमती तांदूळ पाण्यात भिजवून ठेवावा. दह्यामध्ये बारीक चिरलेला कांदा, हिरव्या मिरच्या, लसूण पाकळया, आलं हे सर्व जिन्नस ठेचून घालावे. अर्धा चमचा हळद, चवीनुसार मीठ, बारीक चिरलेली कोथिंबीर घालून तयार केलेले सुसॅन घालावे. अर्धा तास मॅरीनेट करावे.

२ वाट्या पाणी उकळत ठेवून त्यामध्ये १ चमचा आलं-लसूण पेस्ट, खडे मसाले (दालचिनी, लवंग, स्टारफूल, वेलची इत्यादी उपलब्ध मसाले) मीठ, घालावे. नंतर त्यात भिजवलेला तांदूळ, अर्ध्या लिंबाचा रस, चवीनुसार मीठ, साखर, पाव वाटी साजूक तूप घालून भात शिजवावा. नंतर एका भांडयात तळाला पातळ बटाट्याचे काप लावून त्यावर तयार शिजलेला भाताचा थर, त्यावर सुसॅनचे मिश्रण, परत भाताचा थर असे दोन-तीन थर लावून त्यावर झाकण ठेवावे. मंद आचेवर १५-२० मिनिटे शिजू दयावे. सर्व्ह करतेवेळी त्यावर तळलेला कांदा व कोथिंबीर घालावी.

व्हेज हरियाली बिर्याणी

साहित्य

१ चमचा आलं,
१ चमचा लसूण,
१ चमचा हिरवी मिरची,
१ चमचा कोथिंबीर,
अर्धा चमचा काळी मिरी,
अर्धा चमचा लवंग,
१ चमचा दालचिनी,
१ कांदा,
३ चमचे व्हिनेगर,
१ वाटी पनीर,
१ वाटी मिक्स व्हेजिटेबल
४ वाट्या तांदूळ,
चवीनुसार मीठ, साखर
१ चमचा कसूरी मेथी,
४ चमचे काजू पूड,
अर्धी वाटी बटाट्याचे काप

कृती

खडा मसाला, हिरवा मिसाला व व्हिनेगर एकत्र करून वाटून घ्यावे. नंतर अर्धी वाटी तेलात वाटलेला गोळा परतून पाच वाट्या पाणी घालावे. पाणी उकळल्यावर भात शिजवून घ्यावा. सर्व भाज्या व पनीर फ्रायपॅनमध्ये हाय फ्लेमवर तेलासकट परतून घ्यावे. १ चमचा पाणी टाकून त्याला धुराचा वास दयावा. नंतर यात चवीनुसार मीठ, साखर व कसूरी मेथी, काजू पूड घालून एकत्र करावे. दुसऱ्या एका भांडयाच्या तळाला बटाट्याचे काप लावून त्यावर भात, वर भाजी, पुन्हा भात असे थर देऊन त्यावर पाणी शिंपडावे. घट्ट झाकण ठेवून २०-२५ मिनिटे दम द्यावा.

पनीर टिक्का बिर्याणी

साहित्य

१ पाव पनीर,
१ वाटी दह्याचा चक्का,
(दही कापडामध्ये बांधून त्याचे पाणी काढून घेणे याला चक्का म्हणतात)
१ वाटी मिरची,
कोथिंबीर, आलं व लसूण (बारीक वाटलेला),
१ चमचा धणे पूड,
१ चमचा जिरे पूड,
हळद, तिखट, मीठ चवीनुसार
१ चमचा कसूरी मेथी,
२ चमचे सरसोचे तेल,
२ कांदा,
३ वाट्या तांदूळ,
१ चमचा वेलची,
अर्धा चमचा लवंग,
अर्धा चमचा काळी मिरी,
२-३ तमालपत्र,
अर्धा चमचा जायपत्री,
५ चमचे व्हिनेगर,
पाव वाटी कोथिंबीर,
अर्धी वाटी बटाट्याचे काप

कृती

सर्व जिन्नस चक्क्यामध्ये मिसळून एकजीव करावेत. तयार झालेल्या मसाल्यात पनीरचे तुकडे घालून त्याबरोबर कांदा सुद्धा घालावा. एका स्टिकवर क्रमाने पनीर, कांदा, असे लावून तंदूरवर किंवा ग्रिलरवर मंद आचेवर शेकावेत. वरुन व्हिनेगर शिंपडावे. चाट मसाला घालावा.

एका भांडयात ५ वाट्या पाणी उकळत ठेवून त्यामध्ये सर्व खडा मसाला, तेल, मीठ, व्हिनेगर घालून पाणी उकळवावे. त्यात भिजवलेला तांदूळ घालून मंद आचेवर षिजवून घ्यावा. दुसऱ्या एका भांडयात बटाट्याचे काप त्यावर भात नंतर पनीर टिक्का, परत भात असे थर लावून त्यावर घट्ट झाकण लावून एक वाफ येऊ दयावी. कोथिंबीर घालून सर्व्ह करावे.

नवरत्न बिर्याणी

साहित्य

अर्धी वाटी काजू पेस्ट,
अर्धी वाटी खवा,
१ चमचा वेलची,
अर्धा चमचा काळी मिरी,
२-३ स्टारफूल,
अर्धा चमचा लवंग,
२-३ तमालपत्र,
अर्धा चमचा जायपत्री,
२ वाट्या बारीक चिरलेल्या भाज्या (गाजर, मटार, बटाटे, लॉवर, फरसबी, पनीर, मटार)
२ चमचे किशमीश,
२ चमचे व्हेजिटेबल ऑईल,
मीठ, साखर, दही चवीनुसार
१ चमचा व्हिनेगर,
अर्धी वाटी अननसाचे काप,
४ चमचे लोणी,
पाव वाटी द्राक्षे,
पाव वाटी चेरी,
३ वाट्या तांदूळ,
अर्धी वाटी पनीर,
पाव वाटी तेल,

"वन डिश मील म्हणून लोकप्रिय असणाऱ्या बिर्याणीमध्ये चिकन, मटण, मासे, भाज्या, कडधान्ये, यांपैकी काहीही पदार्थ घालून केल्यानंतरच तो परिपूर्ण आहार होतो."

कृती

सर्व प्रथम गाजर, मटार, बटाटे, फ्लॉवर, फरसबी, पनीर या सर्व भाज्या वाफवून किंवा अर्धवट तळून घ्याव्यात. फ्राय पॅनमध्ये व्हेजिटेबल ऑईल घेऊन त्यात काजू पेस्ट, दही, वेलची पूड, व्हिनेगर व थोडे पाणी घालून उकळी आणावी. नंतर यात वाफवलेल्या भाज्या, पनीर घालून एकत्र करावे. जास्त पातळ करू नये. चवीनुसार मीठ व साखर घालावी. दुसऱ्या एका भांडयात ५ वाट्या पाणी गरम करून त्यात थोडे दही, मीठ, साखर, तेल व काजू-किशमीश घालून उकळी आणावी. नंतर तांदूळ, चवीनुसार मीठ व साखर घालून मंद आचेवर शिजवून घ्यावे. एका जाड बुडाच्या भांडयात खाली बटाट्याचे काप लावून त्यावर भात पसरावा, नंतर भाज्यांचा थर, त्यावर भाताचा थर लावून त्यावर लोणी, पायनॅपल, चेरी, द्राक्षाचे तुकडे घालून झाकण ठेवून मंद आचेवर दम द्यावा.

पालक पनीर बिर्याणी

साहित्य

अर्धा किलो पालक,
पाव किलो पनीर,
पाव चमचा खडा मसाला पूड,
१ लांब चिरलेला कांदा,
१ नग टोमॅटो,
१ चमचा चिरलेला लसूण,
१ चमचा जिरे,
१-२ हिरवी मिरची,
२ चमचे कोथिंबीर,
मीठ चवीनुसार,
३ वाट्या तांदूळ,
अर्धी वाटी तेल

कृती

पाणी उकळत ठेवून त्यामध्ये धुवून चिरलेला पालक घालून लगेच काढून पसरून ठेवावा. मिक्सरमध्ये बारीक करताना त्यात कोथिंबीर, हिरवी मिरची घालावी. मिश्रण झाकून ठेवावे. फ्रायपॅनमध्ये तेल घेऊन ते गरम झाल्यावर त्यात जिरे, बारीक चिरलेला लसूण, कांदा घालून चांगले परतून घ्यावे. नंतर यात पनीरचे तुकडे घालून ते सुद्धा परतून घ्यावे. सर्वात शेवटी पालकाची प्युरी, मीठ, टोमॅटो व खडा मसाला पूड घालून परतून घ्यावे.

एका भांडयात ५ वाट्या पाणी उकळत ठेवून त्यामध्ये खडा मसाला पूड, तेल, मीठ, घालून पाणी उकळावे. त्यात भिजवलेला तांदूळ घालून मंद आचेवर शिजवून घ्यावा. दुसऱ्या एका भांडयात बटाट्याचे काप, त्यावर शिजलेला भात, नंतर पालक पनीर, परत भात असे थर लावून त्यावर घट्ट झाकण लावून एक वाफ येऊ द्यावी. कोथिंबीर घालून सर्व्ह करावे.

बिर्याणी (मांसाहारी)

अंडा बिर्याणी

साहित्य

२ वाट्या तांदूळ,
१ मोठा चमचा खवा,
अर्धी वाटी दही,
४ अंडी,
१ मोठा चमचा साजूक तूप,
२ तमालपत्र,
प्रत्येकी ७/८ लवंगा, वेलची व काळी मिरी,
२ मध्यम आकाराचे कांदे - लांब, पातळ चिरलेले,
२ चमचे आलं-लसूण-हिरव्या मिरचीची एकत्र पेस्ट,
चमचाभर कसुरी मेथी,
अर्ध्या लिंबाचा रस,
थोडी जाडसर वाटलेली पुदिन्याची पाने,
कोथिंबीर,
तेल,
चवीनुसार मीठ

कृती

तांदूळ धुवून निथळत ठेवावेत. अंडी उकडून, सोनेरी रंगावर तळून घेऊन त्याचे चार तुकडे करून घ्यावेत. एका भांड्यात आलं-लसणाची पेस्ट परतून त्यात खवा, बारीक चिरलेली कोथिंबीर, पुदिन्याची पाने, दही व चवीनुसार मीठ-साखर घालावी. त्यात तळलेल्या अंड्याचे तुकडे घालून १०/१५ मिनिटे मॅरीनेट करून घ्यावे. एका पातेल्यात साजूक तूप घालून त्यात खडा मसाला, कसुरी मेथी, अर्ध्या लिंबाचा रस, मीठ-साखर, पाणी घालावे. पाणी उकळल्यावर त्यात भात शिजवून घ्यावा. भात अर्धवट शिजत आला की त्यात अंड्याचे तुकडे घालून झाकण ठेवून बिर्याणी मंद आचेवर पूर्ण शिजवून घ्यावी व गरमगरम वाढावी.

तमिळी अंडा बिर्याणी

साहित्य

२ वाट्या तांदूळ,
२ मध्यम आकाराचे कांदे,
४ अंडी,
१ चमचा आलं,
१ चमचा चिंचेचा कोळ,
अर्धा चमचा अख्खे धणे,
अर्धा चमचा शहाजिरे,
२ लवंगा,
२-४ साध्या वेलच्या,
काळी मिरी, दालचिनी चवीनुसार,
भाजून जाडसर वाटलेली उडदाची डाळ,
कढीपत्ता,
कोथिंबीर,
मीठ

कृती

सर्वप्रथम अंडी उकडून तेलात तळून घ्यावीत. दोन चमचे तेलात एक चमचा आलं-लसूण व तळलेल्या कांद्याची पेस्ट परतून घ्यावी. त्यातच सर्व खडा मसाला पण घालावा. त्यावर चिंचेचा कोळ, अर्धा चमचा धणे पूड, चवीनुसार मीठ, कोथिंबीर घालून मसाला एकत्र करावा. नंतर तळलेली अंडी अर्धी कापून त्याला हा सर्व मसाला लावून ठेवावा. एका पातेल्यात तीन वाट्या पाणी उकळत ठेवून त्यामध्ये एक चमचा तेल, एक चमचा आलं-लसूण पेस्ट, कोथिंबीर, अर्ध्या लिंबाचा रस, मीठ घालावे. पाणी उकळल्यावर त्यात दोन वाट्या भिजवलेला तांदूळ घालावा. प्रथम मोठ्या आंचेवर व नंतर मंद आंचेवर भात शिजवून घ्यावा. सर्वात शेवटी दोन चमचे तूप घालावे. दुसऱ्या एका भांड्यात सर्वप्रथम बटाट्याचे काप घालावे. त्यावर भात, मसाला लावलेली अंडी, परत भात व परत अंड्याचा थर देऊन शेवटी पुन्हा भाताचा थर द्यावा. २ चमचे पाण्यात पाव चमचा हळद मिसळून हे पाणी भातावर एका बाजूला टाकावे, जेणेकरून भाताची काही शीते पिवळी होतील. वरून पाण्याचा शिबका मारावा. भांडे मंद आंचेवर दहा ते पंधरा मिनिटे झाकून ठेवावे. त्यावर तळलेला कांदा घालून ताकाबरोबर सर्व्ह करावे.

साहित्य

१ वाटी सातूचे पीठ,
२ वाट्या जाडसर कणीक,
१ वाटी दही,
२ वाट्या तांदूळ,
२ चमचे आलं-लसूण पेस्ट,
३-४ हिरव्या मिरच्या,
४ चमचे कोथिंबीर,
१ चमचा ओवा,
हळद व तिखट चवीनुसार,
१ चमचा लिंबाचा रस,
अर्धा चमचा बेकिंग पावडर,
अर्धी वाटी तळलेला कांदा,
१ चमचा कसुरी मेथी,
१ ग्लास ताक,
४ चमचे तूप

कृती

प्रथम कणकेमध्ये थोडे तेल, मीठ, बेकिंग पावडर, लिंबू घालून मळून ठेवावे. सातूच्या पिठात आलं-लसूण पेस्ट, हळद, तिखट, मीठ, थोडं दही, बारीक चिरलेली कोथिंबीर घालून हे मिश्रण कणकेच्या गोळ्यात भरावे. मंद आचेवर शेकून बाजूला ठेवावे. ३ वाट्या पाणी गरम करून त्यामध्ये दही, आलं-लसूण पेस्ट, मीठ, थोडी साखर, लांब चिरेलला कांदा घालून उकळी आल्यावर त्यात तांदूळ, चवीनुसार मीठ आलं-लसूण पेस्ट, कसुरी मेथी घालून ८० टक्के भात शिजल्यावर तयार लिट्टी टाकून मंद आचेवर बिर्याणी पूर्णपणे शिजू दयावी. सर्व्ह करतेवेळी वरून तळलेला कांदा, कोथिंबीर घालून ताकाबरोबर खायला द्यावी.

लिट्टी की बिर्याणी

''औरंगाबादला केटरिंगची कामं करत असताना घेतलेली 'भट्टी की बिर्याणी'ची चव केवळ अविस्मरणीय. तिथे तंदूर रोट्या करणारे लोक जमिनीवर बसून तंदूरमध्ये रोट्या लावायचे. त्यांनी मला जेवायला बोलावलं होतं. मी नॉनव्हेज खात नसल्याने माझ्यासाठी पनीरवाली भट्टी की बिर्याणी होती. त्यासाठी तांदूळ भिजवून आणि खूप पनीर मॅरिनेट करून ठेवलं होतं. त्यांनी मातीच्या भांड्यात तांदूळ आणि पनीरचे थर लावून, वरून केवड्याचं पाणी घातलं. वरून पोळीने सील करून आदल्या दिवशी विझलेल्या, पण धग असलेल्या भट्टीत ते भांडं ठेवलं. ती बिर्याणी कधी होणार, आणि कशी लागेल याचा मला काही अंदाज येईना. तब्बल दीड तासानं बिर्याणी तयार झाली. भांडं उघडल्यावर जो घमघमाट सुटला त्याला तोड नाही. दही-पापड आणि ती तुपात घोळलेली बिर्याणी खाऊन नंतर कितीतरी वेळ बोटं चाटत राहावंसं वाटत होतं.''

कोळंबी बिर्याणी

साहित्य

२ वाट्या तांदूळ,
२ वाट्या कोळंबी,
६ चमचे तेल,
४ लवंगा,
४ हिरवे वेलदोडे,
दालचिनीचे अर्धा इंचाचे २ तुकडे,
४ लसूण पाकळ्या,
३ मध्यम आकाराचे बारीक चिरलेले कांदे,
अर्धी वाटी खसखस,
अर्धी वाटी किसलेले सुके खोबरे

कोळंबीला लावण्यासाठी मसाला

२ चमचे मीठ,
अर्धा चमचा हळद,
१ चमचा लाल तिखट,
अर्धा चमचा धणेपूड,
अर्धा चमचा जिरेपूड,
अर्धा चमचा आलं-लसूण वाटण,
अर्धा चमचा वाटलेली चिंच

इतर साहित्य

५-६ चमचे तेल,
अर्धा किलो कोळंबी,
१ चमचा लसूण वाटून,
१ कांदा बारीक चिरून,
१ वाटी तांदूळ,
२ चमचे तूप,
२ चमचे लिंबाचा रस,
कोथिंबीर

कृती

प्रथम कोळंबीला लावण्याचा सर्व मसाला एकत्र वाटून कोळंबीला लावून वीस मिनिटे ठेवावा. सहा चमचे तेल गरम करून त्यावर प्रथम लवंगा, वेलदोडे, दालचिनी, लसूण पाकळ्या घालून दोन-तीन मिनिटे चांगले परतून घ्यावे. त्यावर चिरलेला कांदा आणि खसखस घालावी आणि कांदा गुलाबी रंगावर परतून घ्यावा. त्यावर खोबऱ्याचा कीस घालावा. हे सर्व मिश्रण चॉकलेटी रंग येईपर्यंत परतून घ्यावे. परतलेले हे मिश्रण गार होईपर्यंत ठेवून द्यावे. त्यानंतर अर्धी वाटी पाण्यात बारीक वाटून घ्यावे. तांदूळ स्वच्छ धुवून, गरम पाण्यात एक तास भिजत घालून झाकून ठेवावे. मोठ्या जाड बुडाच्या भांड्यात तेल घालून त्यावर वाटलेला लसूण घालून चांगले परतून घ्यावा. त्यावर कांदा चांगला परतून घ्यावा. मग मसाला लावलेली कोळंबी त्यावर घालावी आणि गॅस मोठा करून झाकण लावून एक वाफ आणावी. मग त्यात तांदूळ घालावा. तांदूळ भिजवलेले पाणी लागेल तितके घालून सगळे मिश्रण चांगले ढवळून घ्यावे. एक उकळी आल्यावर त्यात कोळंबी, वाटलेला मसाला आणि तूप घालावे. चवीप्रमाणे मीठ आणि तिखट घालावे. लिंबाचा रस घालून झाकण ठेवून मंद आंचेवर शिजू द्यावे. वाढताना वरून कोथिंबीर पेरावी.

चिकन दम बिर्याणी

साहित्य

साफ केलेले चिकन,
२ वाट्या कणकेचा गोळा,
२ वाट्या तांदूळ,
४ चमचे खडा मसाला,
अर्धी वाटी खसखस,
१ वाटी घट्ट दही,
४ चमचे आलं-लसूण पेस्ट,
४ चमचे हिरवी मिरची-कोथिंबीर पेस्ट,
चवीनुसार मीठ, लिंबू, हळद,
१ वाटी शिजवलेले मटण

कृती

सोललेल्या कोंबडीला आलं-लसूण पेस्ट, मीठ, लिंबू, हळद लावून ठेवावे. तसेच मीठ, लिंबू, हळद लावून मटण शिजवून घ्यावे. त्यात खसखस, खडा मसाला, आलं-लसूण पेस्ट व अर्धी वाटी दही घालून बाजूला ठेवावे. साधारण अडीच वाट्या पाणी उकळत ठेवून त्यामध्ये थोडा खडा मसाला, दही, मीठ घालून ४ चमचे तूप घालावे. पाणी उकळल्यावर त्यात तांदूळ शिजवावेत.

भात ८० टक्के शिजल्यावर, मॅरिनेट केलेले मटण त्यावर घालावे. साफ केलेल्या कोंबडीत हा मटणमिश्रित पुलाव दाबून भरावा.

चिकनवर भिजलेल्या कणकेची पोळी लावून बंद करावे व मंद आचेवर साधारणपणे ५० मिनिटे शिजवावे. गरमागरम खायला द्यावे.

(बिर्याणीचा हा प्रकार मेळघाट व मध्य प्रदेशाच्या काही भागात पाहायला मिळतो.)

"

''आम्ही केटरिंग हाच व्यवसाय म्हणून स्वीकारला आणि आमच्यावर नवनवीन प्रकार उत्तमप्रकारे बनवून खिलवण्याची जबाबदारी आली. आम्ही वेगवेगळ्या सेमिनारसाठी केटरिंग करायचो. अशाच एका सेमिनारच्या निमित्ताने ए. बी. कोट्टिवार यांच्याशी ओळख णाली. ते खाण्याचे शौकिन, शिवाय खूप फिरलेले. त्यामुळे त्यांना देशोदेशीच्या चवी माहिती होत्या. त्यांनी पहिल्यांदा नॉनव्हेज बिर्याणी करायला लावली. दोन किलो तांदळाला दोन किलो मटण असं प्रमाण सांगितलं. त्याला दम द्यायचा आणि त्यावर तुपाऐवजी लोणी घालायचं, हे ही त्यांनीच शिकवलं.''

चिकन-भुर्जी बिर्याणी

साहित्य

२ वाट्या बासमती तांदूळ,
१ वाटी स्वच्छ केलेले बोनलेस चिकनचे तुकडे,
४ अंडी,
अर्धी वाटी कांदा तळून,
चिरलेला टोमॅटो,
१ वाटी उभा चिरलेला कांदा
१ वाटी चिरलेली कोथिंबीर,
२ चमचे किसलेला नारळ,
२ चमचे आलं-लसूण पेस्ट,
४ दालचिनी,
६ मिरी,
६ लवंगा,
२ तमालपत्र,
१ चमचा शहाजिरे,
२ मसाला वेलदोडे,
अर्धी वाटी तेल,
२ चमचे साजूक तूप,
७-८ काजू,
४ पेले पाणी,
२ चमचे लाल तिखट,
१ चमचा धणेपूड,
मीठ चवीनुसार.

कृती

एका पातेल्यात निम्मे तूप घालून उभा चिरलेला कांदा परतून घ्यावा. त्यात अर्धा टोमॅटो, गरम मसाल्यातील अर्धा मसाला, थोडी कोथिंबीर, काजू, मीठ, निम्मी आलं-लसूण पेस्ट घालून परतावे. मग त्यात धुतलेला तांदूळ, गरम पाणी घालून हलवून झाकून भात शिजवावा. कढईत निम्मे तेल घालून निम्मा चिरलेला कांदा घालून परतून घ्यावा. उरलेला गरम मसाला, थोडी कोथिंबीर, नारळ मिक्सरमध्ये वाटून हे मिश्रण, टोमॅटो आलं-लसूण पेस्ट, १ चमचा लाल तिखट, धणे पूड, मीठ, चिकन घालून परतून शिजवावे.
दुसऱ्या कढईत उरलेला कांदा परतून त्यात १ चमचा लाल तिखट, मीठ, कोथिंबीर, अंडी फोडून भुर्जी करावी. भात मोकळा करून घ्यावा. जाड बुडाच्या पातेल्यात तूप गरम करून त्यात भाताचा एक थर, चिकनचा एक थर, परत भाताचा थर, भुर्जीचा एक थर असे सर्व संपेपर्यंत थर लावत जावे. शेवटी कोथिंबीर घालून भातावर तूप सोडून, झाकून एक वाफ आणावी. वरून तळलेला कांदा भुरभुरावा आणि सर्व्ह करावे.

हरियाली चिकन बिर्याणी

साहित्य

३ वाट्या तांदूळ,
दीड किलो चिकन,
एक वाटी तूप,
एक चमचा गरम मसाला,
४ लवंगा,
२ दालचिनीच्या काड्या,
२ तमालपत्रं,
२ वाट्या दही,
पाव वाटी आलं-लसूण-हिरवी मिरची-कोथिंबीर-पुदिना यांचे वाटण,
अर्धी वाटी काजू पेस्ट,
मीठ चवीनुसार,
एक-दीड वाटी तूप,
२ वाट्या उभा चिरलेला कांदा,
पाव चमचा केशर (दुधात भिजवून),
१ वाटी तळलेला कांदा,
अर्धी वाटी तळलेले काजू आणि बेदाणे सजावटीसाठी.

कृती

चिकनचे बारा-पंधरा तुकडे करून स्वच्छ धुवून निथळावे. दह्यात हिरवा मसाला वाटण, मीठ, गरम मसाला आणि काजू पेस्ट एकत्र करून त्यात ते तुकडे अर्धा तास मुरवावे. तांदूळ स्वच्छ धुऊन वीस मिनिटं भिजत घालावे. पाच वाट्या पाणी उकळावे.

तांदूळ पाण्यातून काढून निथळून घ्यावेत. जाड बुडाच्या भांड्यात तूप तापवून त्यात फोडणीचा अख्खा मसाला परतावा. त्यावर तांदूळ परतावे आणि मोकळा भात शिजवून तो परातीत काढून गार करावा. थोडा भात वेगळा काढून त्यात केशर घालावे. एका भांड्यात तूप तापवून कांदा परतावा. त्यावर मुरलेले चिकन परतून थोडे गरम पाणी घालून शिजवून घ्यावे. जाड बुडाच्या भांड्याला तळाशी तूप लावून त्यावर निम्मे चिकन घालावे. त्यावर निम्मा भात, कांदा, काजू-बेदाणे यांचा थर देऊन वर पुन्हा चिकनचा आणि उरलेल्या भाताचा थर द्यावा. त्यावर केशरी भात आणि काजू-बेदाणे पसरून उरलेले तूप गरम करून घालावे आणि कणकेने भांड्यावरचे झाकण बंद करून बिर्याणी शिजवावी. गरमागरम वाढावी.

चिकन याखनी बिर्याणी

साहित्य

२ वाट्या बासमती तांदूळ,
२०० ग्रॅम बोनलेस चिकनचे तुकडे,
अर्धी वाटी मैदा,
१ वाटी दही,
४ चमचे साजूक तूप,
४ मध्यम आकाराचे कांदे उभे पातळ चिरून,
५ चमचे आलं-लसूण-हिरवी मिरची पेस्ट,
१ चमचा कसुरी मेथी,
अर्धी वाटी पुदिन्याची जाडसर वाटलेली पाने,
अर्धा चमचा हळद,
अर्धा चमचा कसुरी मेथी,
लवंग,
काळी मिरी,
दालचिनी,
तमालपत्र,
चवीनुसार मीठ

कृती

चिकनचे तुकडे थोडेसे तळून घ्यावेत. तांदूळ धुवून निथळत ठेवावेत.एका भांड्यात चिकनचे तळलेले तुकडे घेऊन त्याला दही, आलं-लसूण-मिरची पेस्ट, मैदा आणि मीठ नीट चोळून साधारण तासभरासाठी मॅरिनेट करायला ठेवावे.

एका भांड्यात तीन वाट्या पाणी उकळवत ठेवावे. जाड बुडाच्या पातेल्यात थोड्या तुपावर खडा मसाला घालून त्यावर तांदूळ घालून परतावे. तांदूळ मोकळा झाला की त्यात उकळलेले पाणी घालावे. त्यात कसुरी मेथी व मीठ घालून भात शिजवून घ्यावा. भात अर्धवट शिजत आला की त्यात मॅरिनेट केलेले चिकनचे तुकडे घालावेत. झाकण ठेवून मंद आंचेवर भात छान शिजवून घ्यावा. गरम-गरम सर्व्ह करावा.

(टीप : याखनी बिर्याणी साधारणपणे पनीरची करतात. पण मी पनीर ऐवजी चिकनचा वापर केला आहे. पनीर घालून करायची असेल तर पनीरचे तुकडे तळून ते असेच मॅरिनेट करून भातात घालावेत.)

''एकदा दिल्लीला राईस फेस्टिव्हलला गेलो होतो. तेव्हा भात -बिर्याणीचं एक वेगळं जगच बघितलं. खूप वेगवेगळे प्रकार शिकलो. याखनी बिर्याणीचा फॅन झालो तसंच बिर्याणी खाली जळू नये म्हणून खाली बटाट्याचा थर लावला जातो, हे ही बघितलं. ते मस्त कुरकुरीत झालेले बटाटे मला फार आवडतात.''

मोगलाई बिर्याणी

साहित्य

अर्धा किलो बोनलेस चिकनचे तुकडे,
दीड वाटी बासमती तांदूळ,
२ इंच आल्याची पेस्ट,
१५ लसूण पाकळ्या,
१ मोठा उभा पातळ चिरलेला कांदा (अर्धा चिकनसाठी तळून बाजूला ठेवा.)
२ हिरव्या मिरच्यांची पेस्ट,
१ मोठा चमचा गरम मसाला पूड,
२ लाल मिरच्यांची पेस्ट,
१ कप दही,
अर्धा कप क्रीम-मलई,
२ मोठे चमचे तूप,
२ मोठे चमचे तेल,
मोठा पाऊण चमचा केशर पूड १ कप दुधात मिसळलेली,
पाव वाटी बदाम काजूचे तुकडे,
एका उकडलेल्या अंड्याचे दोन भाग,
१ मोठा चमचा पुदिना,
चवीला मीठ,
फोडणीसाठी ३ लवंगा,
३ वेलची,
२ दालचिनी

कृती

प्रथम आलं-लसूण पेस्ट, दोन्ही मिरच्यांची पेस्ट, गरम मसाला, दही व मीठ एकत्र करून चिकनच्या तुकड्यांना चोळून २ ते ३ तास मुरत ठेवावे. नंतर पातेल्यात तूप व तेल तापवून कांदा गुलाबी रंगावर परतावा व चिकन परतावे. नंतर कोथिंबीर, पुदिना घालावा. चिकन मंद गॅसवर शिजवावे व काढून घ्यावे. तांदळाच्या दुपटीपेक्षा थोडे कमी पाणी घेऊन त्यात अख्खा मसाला, मीठ घालून पाणी उकळावे व त्यात तांदूळ घालून ५ मिनिटे उकळी येऊ द्यावी. मग गाळून पाणी बाजूला काढून ठेवावे. पसरट पातेल्यात तूप घालून त्यात भात व चिकन यांचे थर लावावते. वर सजावटीसाठी काजू तुकडे, बदाम तुकडे व केशर घालावे. कणकेने सील करावे व चांगली वाफ आणावी. अर्धा तास झाला की खाली उतरवावे. गरमगरम खायला द्यावे.

मटण बिर्याणी

साहित्य

दीड किलो मटण,
१ चमचा शहाजिरे,
दीड किलो बासमती तांदूळ,
१ चमचा वेलची,
२ बटाटे,
१ चमचा लवंग,
एक वाटी दही,
२ तुकडे दालचिनी,
४ कांदे,
२ डहाळ्या पुदिना,
१ इंच आले,
कोथिंबीर,
१ कांदा,
लसूण,
मीठ चवीनुसार,
२ चमचे धणे पूड,
पाव किलो टोमॅटो

कृती

१ कांदा उभा कापून घ्या. दही, कांदा , वाटलेले आलं-लसूण व मीठ एकत्र करून त्यात मटण घालून १० मिनिटे प्रेशर कुकरमध्ये शिजवावे. पातेल्यात साजूक तूप घालून उभा चिरलेला कांदा तळून बाहेर काढावा व त्याच तुपात मटण परतून त्यात लाल तिखट, गरम मसाला व अर्धा तळलेला कांदा घालून लालसर रंगावर परतावा. भात मोकळा शिजवून घ्यावा.

एका मोठ्या पातेल्यात तूप घालून त्यात थोड्या टोमॅटोच्या फोडी घालून त्यावर मटण घालावे. त्यावर थोडा तळलेला कांदा, नंतर थोडा भात, भातावर मटण याप्रमाणे एकावर एक थर लावून सर्वात शेवटी भाताचा थर लावावा. लिंबाच्या रसात थोडा केशरी रंग घालून वर शिंपडावा. उरलेला कांदाही वर घालावा. घट्ट झाकण लावून पीठ लावून सील करावे व मंद विस्तवावर अर्धा तास ठेवावे. गरम वाढावे.

मटण दम बिर्याणी

साहित्य

२ वाट्या बासमती तांदूळ,
अर्धा किलो मटण,
दोन मोठे चमचे आलं, लसूण, धणे, खडा मसाला, बडीशोप, कच्चा कांदा, कोथिंबीर, खसखस, याचे एकत्रित वाटण,
५ कांदे,
२ बटाटे,
२ टोमॅटो,
दही,
केशर,
बिर्याणी मसाला,
तमालपत्र,
बडी वेलची,
आवश्यकतेनुसार हळद, तिखट, मीठ, तूप आणि काजू

कृती

एका बाऊलमध्ये स्वच्छ केलेले मटण घेऊन त्याला दही, वाटण, हळद, तिखट, मीठ लावून १ तास मॅरिनेट होण्यासाठी ठेवावे. तासाभराने कांदा व टोमॅटो बारीक चिरून त्यात मटण शिजवून घ्यावे. मटण सुके करावे.त्यात पाणी राहू देऊ नये. गॅस बंद करून त्यात बिर्याणी मसाला घालून ढवळून झाकण ठेवावे. कांदा उभा चिरून तळून ठेवावा, बटाटा उभा चिरून तळून ठेवावा, काजू तळून ठेवावा. तुपात तमालपत्र व बडी वेलची घालून तांदूळ परतून भात थोडासा कचवट (अर्धा कच्चा) शिजवून घ्यावा. भात निवल्यावर दोन ताटात अर्धा-अर्धा काढून घ्यावा. दुधात केशर एकजीव करून ते एका ताटातल्या भातावर घालावे.

जाड बुडाचे पातेले घेऊन त्याला सर्व बाजूने तूप लावून घ्यावे. त्यात पांढऱ्या भाताचा एक थर पसरावा. त्यावर मटण घालावे. त्यावर परत भाताचा थर पसरून तळलेला कांदा-बटाटा पसरून वर परत मटणाचा थर लावावा. त्यावर केशर घातलेल्या रंगीत भातातील अर्धा भात पसरावा. त्यावर कांदे-बटाटे आणि काजूचा थर लावून उरलेले मटण पसरावे. त्यावर पांढरा आणि रंगीत भात अर्धा-अर्धा पसरावा. त्यावर नीट बसेल असे झाकण ठेवून झाकणाच्या कडेला कणीक लावून ते झाकण घट्ट बसवावे. हे पातेले तव्यावर ठेवून मंद आंचेवर त्याला २०/२५ मिनिटे दम द्यावा. गरमागरम सर्व्ह करावे.

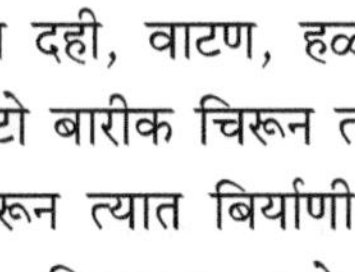

शाही मटण बिर्याणी

साहित्य

२ वाट्या बासमती तांदूळ,
अर्धा किलो मटण,
१ वाटी दही,
१ वाटी तळलेला कांदा,
६ सुक्या मिरच्या,
१ मोठा चमचा आलं-लसूण वाटण,
१ चमचा गरम मसाला,
१ चमचा शहाजिरे,
३ दालचिनी,
६ हिरवे वेलदोडे,
४-५ लवंगा,
५-६ काळी मिरी,
१ चमचा हळद,
१ वाटी तूप,
पाव चमचा दुधात भिजवलेले केशर,
काजू-बदामाचे काप,
चारोळी आणि बेदाणे प्रत्येकी पाव वाटी,
८-१० चिरलेले जर्दाळू,
८-१० अक्रोडाचे तुकडे,
चवीनुसार मीठ

कृती

तांदूळ धुवून निथळत ठेवावेत. तळलेला कांदा व मिरच्या एकत्र वाटून घ्याव्यात. हे वाटण, आलं-लसूण पेस्ट, हळद, मीठ, गरम मसाला एकत्र करून दह्यात मिसळून कालवावे. मटण स्वच्छ धुवून त्याला हे दही लावून अर्धा तास मुरू द्यावे. पाव वाटी तुपावर अख्खा मसाला फोडणीस घालून परतून नेहमीप्रमाणे मोकळा भात शिजवून घ्यावा. थोड्या तुपावर मटण परतून मऊ शिजवून घ्यावे. सगळा सुकामेवा तळून घ्यावा. जाड बुडाच्या भांड्यात खाली तूप लावून त्यावर मटण पसरावे. त्यावर सुकामेवा पसरून त्यावर केशराचे दूध व तूप घालावे. झाकण ठेवून पातेले तव्यावर ठेवून १० मिनिटे मंद आंचेवर बिर्याणी शिजवून घ्यावी. सर्व्ह करताना तळलेले काजू व कांदा घालावा.

कोल्हापुरी मटण बिर्याणी

साहित्य

२ वाट्या तांदूळ,
२ वाट्या मटण,
अर्धी वाटी तळलेल्या कांद्याची पेस्ट ,
अर्धी वाटी चिरलेली कोथिंबीर,
१ वाटी बारीक चिरलेला कांदा,
२-३ लवंगा,
काळीमिरी अर्धा चमचा,
२-३ तमालपत्र,
२ बटाटे,
५ चमचे कोल्हापुरी चटणी (कृती खाली दिलेली आहे. ही चटणी बाजारात मिळते.)
प्रत्येकी ५-५ चमचे आलं-लसूण पेस्ट ,
३ चमचे कोल्हापुरी सुका मसाला (कृती खाली दिलेली आहे),
अर्ध्या लिंबाचा रस,
मीठ चवीनुसार,

कोल्हापुरी सुका मसाला

१ पाव,
५० ग्रॅम जिरे,
५ ग्रॅम दालचिनी,
५ ग्रॅम मोठी वेलची,
अर्धे जायफळ,
५ ग्रॅम जायपत्री,
५ ग्रॅम छोटी वेलची,
३-४ लवंग
(सर्व जिन्नस कोरडे भाजून एकत्र वाटून घ्यावे.)

कोल्हापुरी चटणी

५० ग्रॅम कोल्हापुरी मसाला,
१ पाव मिरची पूड,
१ पाव कांदे,
२५ ग्रॅम लसूण,
१५ ग्रॅम आलं,
५० ग्रॅम कोथिंबीर,
५० ग्रॅम खोबरे,
२५ ग्रॅम खसखस,
५० ग्रॅम तीळ
(तीळ, खसखस आणि खोबरे कोरडे भाजून घ्या. कांदा उभा चिरून खरपूस भाजावा. सर्व जिन्नस एकत्र वाटून चटणी तयार करावी.)

कृती

४ चमचे तेलात २-३ लवंगा, काळी मिरी, तमालपत्र घालून भिजलेले तांदूळ घालावे, थोडे परतून त्यात दुप्पट गरम पाणी, चवीनुसार मीठ, अर्धा चमचा कोल्हापुरी सुका मसाला, लिंबाचा रस, चिरलेला कांदा व कोथिंबीर घालून मंद आंचेवर शिजू द्यावे, तोपर्यंत मटणाला मीठ, हळद लावून त्यात अर्धा चमचा

सुका मसाला घाला. पाणी घालून कुकरमध्ये ४ शिट्टया कराव्यात. त्यातील जास्तीचे पाणी वेगळे काढून ठेवावे. शिजलेल्या मटणात कांद्याची पेस्ट, कोल्हापुरी चटणी, कोथिंबीर, चवीनुसार मीठ, घालून एकत्र करून घ्यावे. दुसऱ्या एका पातेल्यात तळाशी बटाट्याच्या चकत्या, त्यावर भात, मटण असे थर लावावेत. थोडा पाण्याचा शिबका मारून वर घट्ट झाकण लावून मंद आंचेवर खाली तवा ठेवून एक वाफ आणून घ्यावी. बुंदी रायत्याबरोबर खायला द्यावी.

हैदराबादी मटण बिर्याणी

साहित्य

अर्धा किलो बासमती तांदूळ,
१ किलो मटण,
३ चमचे आलं-लसूण पेस्ट,
५ कांदे उभे पातळ चिरलेले,
१ वाटी दही,
१२ काजू,
लाल सुक्या मिरच्या भिजवून वाटलेल्या,
पाव चमचा बडीशेप,
मीठ चवीनुसार

कृती

प्रथम मटण स्वच्छ धुवून घ्यावे. त्यानंतर दही, आलं-लसूण पेस्ट व थोडे मीठ लावून दोन तास ठेवावे. पातळ चिरलेले कांदे भरपूर तुपात तळून घ्यावे. तळलेला कांद्याचा पाव भाग वेगळा काढून ठेवावा. उरलेल्या तुपात काजू व मिरचीची पेस्ट परतावी. मग मटण व पाव चमचा बडीशोप घालून परत चांगले परतावे. मीठ व सव्वा वाटी पाणी घालून शिजवावे. थोड्या तुपात ५ हिरवे वेलदोडे, ५ लवंगा, थोडी जायपत्री व धुतलेले तांदूळ घालावे. मीठ व पाणी घालून अर्धा कच्चा भात तयार करून थंड करून ठेवावा. कोथिंबीर व थोडा पुदिना चिरून एकत्र करावा व त्यात वेगळा काढून ठेवलेला कांदा मिसळावा. मटण, भात, कांदा, पुन्हा मटण, भात, कांदा असे थर द्यावे. शेवटी पाऊण कप दुधात केशर अथवा केशरी रंग घालावा. त्यातच एक थेंब केवडा इसेन्स घालून भातावर शिंपडावे. झाकणाच्या बाजूने कणीक लावून बंद करावे.गॅसवर सात-आठ मिनिटे चांगले गरम करावे. रायत्याबरोबर सर्व्ह करावे.

पंजाबी खिमा मसूर बिर्याणी

साहित्य

३ वाट्या बासमती तांदूळ,
अर्धा किलो खिमा,
१ वाटी भिजवलेले मसूर,
१ मोठा चमचा आलं-लसूण-मिरची-कोथिंबीर यांचे एकत्रित वाटण,
१ चमचा गरम मसाला,
१ चमचा लाल तिखट,
१ मोठा चमचा धणे-जिरे पूड,
५ लवंगा,
२ तमालपत्रं,
५ काळी मिरी,
२ दालचिनीचे तुकडे,
दीड वाटी टोमॅटो चिरलेला,
१ वाटी बारीक चिरलेला कांदा,
१ वाटी कुरकरीत तळलेला कांदा,
१ वाटी तळलेले बटाट्याचे काप,
अर्धी वाटी तळलेला काजू,
छोटा चमचा हळद,
तूप,
चवीनुसार मीठ

कृती

तांदूळ धुवून निथळत ठेवावेत. तुपात अख्खा मसाला फोडणीला घालून नेहमीच्या पद्धतीने मोकळा भात शिजवून घ्यावा. खिमा स्वच्छ धुवून, निथळून त्याला मीठ, हळद, हिरव्या मसाल्याचे वाटण लावून अर्धा तास मुरू द्यावे. जाड बुडाच्या पातेल्यात तूप तापवून त्यात कांदा लालसर परतावा. त्यावर तिखट, गरम मसाला, धणे-जिरे पूड, टोमॅटो परतून मसूर आणि मीठ घालून परतावे. खिमा घालून जरूरीपुरते उकळते पाणी घालून सरबरीत शिजवावे. खिमा शिजल्यावर गॅस बंद करून त्यावर निम्मा भात पसरावा. त्यावर तळलेले काजू घालून झाकण ठेवून पातेले तव्यावर ठेवून १० मिनिटे मंद आंचेवर बिर्याणी शिजवून घ्यावी. सर्व्ह करताना वरती तळलेले काजू व कांदा घालावा.

पेशावरी बिर्याणी

साहित्य

अर्धा किलो तांदूळ,
अर्धा किलो मटण,
१ वाटी तेल,
अर्धी वाटी तूप,
दालचिनी, मिरी, लवंग, वेलची आवडीप्रमाणे,
१ चमचा धणेपूड,
२ चमचे बिर्याणी मसाला,
१ चमचा मिरची पूड,
२ चमचे आलं-लसूण-मिरची पेस्ट,
२ वाटी दही,
२ टोमॅटो,
४ कांदे,
चिमूटभर हळद,
काजू आणि बेदाणे आवडीनुसार,
केशर व लिंबाचा रस

कृती

बासमती तांदूळ २ तास धुवून ठेवावेत. पातेल्यात तूप घालून त्यावर खडा मसाला घालावा. त्यावर तांदूळ घालून परतावे. त्यात दुपटीने पाणी, मीठ व लिंबाचा रस घालावा. झाकण ठेवून भात शिजवून घ्यावा. कुकरमध्ये २ चमचे तूप व वेलची घालून मटण शिजवून घ्यावे. भांड्यात दही घेऊन त्यात सर्व मसाले घालावे. कढईमध्ये अर्धी वाटी तेल घेऊन त्यावर कांदा, टोमॅटो, आलं-लसूण पेस्ट व मीठ घालून परतावे. त्यावर वरील दह्यातील मसाला घालावा. नंतर त्यावर मटण घालून शिजवून पूर्ण पाणी आटेपर्यंत ठेवावे. एका भांड्यात २ चमचे तूप घालून त्यावर तयार भात घालावा. त्यावर पुदिना,कांदा, काजू व बेदाणे घालून वर मटण घालावे. केशर व केवडा इसेन्स घालून सर्व्ह करावे.

साहित्य

३ वाट्या तांदूळ,
पाऊण किलो मटण,
१५ ते २० लसूण पाकळ्या,
दीड इंच आलं,
१ चमचा तिखट,
४ बडी वेलची,
१० लवंगा,
२ तमालपत्रं,
१ वाटी भिजत घालून कुस्करलेले जर्दाळू,
१ वाटी दही,
अर्धी वाटी बदामाचे काप व बेदाणे,
१ वाटी कुरकुरीत तळलेला कांदा,
१ चमचा बडीशेपेची पूड,
१ चमचा गरम मसाला,
१ चमचा सुंठ पूड,
अर्धी वाटी हिंगाचं पाणी,
१ वाटी लांबट चिरलेला कांदा,
१ वाटी तूप,
पाव चमचा दुधात भिजवलेलं केशर,
४ उकडलेली अंडी,
चवीनुसार मीठ

काश्मिरी गोश्त बिर्याणी

“बिर्याणीला दम देण्यासाठी झाकण आणि भांड्याच्या कडेला भिजवलेली कणिक लावून सील केल्याने त्यात घातलेल्या सगळ्या पदार्थांची चव आणि सुगंध छान मुरतो. बिर्याणी गरम राहण्यासाठी भांडं असंच गरम तव्यावर ठेवावं. बिर्याणी वाढण्याआधी त्याचे सील काढावे आणि गरमागरम चविष्ट, सुगंधी बिर्याणी सर्व्ह करावी. शिळी बिर्याणीदेखील कुकरमध्ये वा मायक्रोवेव्हमध्ये गरम न करता उकळत्या पाण्यात भांडं ठेवून किंवा गरम तव्यावर भांडं ठेवून किंवा खाली गरम तवा आणि वर कोळसे ठेवून गरम करावी. म्हणजे शिळ्या बिर्याणीची लज्जत अजूनच वाढेल.”

कृती

मटण धुवून निथळून घ्यावे. आलं-लसूण वाटून घ्यावे. त्यात तिखट, मीठ, जर्दाळू व दही घालून कालवून २ ते ३ तास मुरत ठेवावे. पाव वाटी तुपात फोडणीसाठी दिलेला खडा मसाला घालून नेहमीच्या पद्धतीने मोकळा भात शिजवून घ्यावा. जाड बुडाच्या भांड्यात तूप तापवून बदामाचे काप व बेदाणे तळून घ्यावेत.उरलेल्या तुपात लांबट चिरलेला कांदा परतून त्यावर बडीशेप, सुंठ पूड, गरम मसाला व मुरलेले मटण घालून परतावे. हिंगाचे पाणी घालून एक वाफ येऊ द्यावी. मटण अर्धवट शिजल्यावर गॅस बंद करावा. त्यावर शिजलेला भात घालून तळलेला कांदा व बेदाणे पसरावेत. वर केशराचे दूध घालून पातेले मंद आंचेवर तव्यावर ठेवून १० मिनिटे बिर्याणी शिजू द्यावी. वाढताना वरून उकडलेल्या अंड्याच्या चकत्या पसराव्यात.

पाया खूर

साहित्य

८ नग पाया,
२०० ग्रॅम कांद्याचे वाटण,
१ वाटी आलं-लसूण पाणी,
८-१० लाल मिरच्या,
१ चमचा बडीशोप,
४-५ मोठी विलायची,
२ चमचे लवंग,
१ चमचा जायपत्री,
२ चमचे काळी मिरी,
२ चमचे शहाजिरे,
५ चमचे धने,
पाव वाटी खसखस,
१/२ वाटी खोबरेल तेल,
२ चमचे तिखट,
८-१० तमालपत्र,
१ चमचा हळद,
चवीनुसार मीठ,
३-४ स्टारफूल,
१ चमचा दालचिनी,
८-१० हिरवी विलायची,
अर्धा किलो तांदूळ,
२ वाटी तेल,
अर्धी वाटी दही

कृती

पाया बाजारातून आणताना त्याला एकतर स्वच्छ करून मागावे किंवा बाजारातून आणलेले पाया स्वच्छ धुऊन निखाऱ्यावर भाजून नतंर गरम पाण्यात थोडा वेळ उकळावे. बाहेर काढून, सोलून त्याचे तुकडे करावे. त्यात हळद, मीठ, आलं-लसूण पेस्ट व तेजपान घालून कुकरला ९ ते १० शिट्ट्या होईपर्यंत शिजवावे. कुकरकमध्ये पाणी थोडे जास्तच घालावे.

कांदा व लसूण सोडून सर्व मसाले वेगवेगळे लालसर, काळपट रंगात भाजून घ्यावेत व गरम पाण्यात भिजवावेत. १० मिनिटे पाण्यात उकळल्यानंतर बारीक वाटून घ्यावे. पातेल्यात तेल टाकून प्रथम आलं-लसूणचे पाणी घालून मग कांद्याचे वाटण, वाटलेला मसाला व तेजपान घालावे. थोडेसे पाया शिजवलेले पाणी घालून हे मिश्रण तेल सुटेस्तोवर उकळावे. नंतर शिजवलेले पाया, हळद व तिखट घालावे. वरून थोडी कोथिंबीर घालावी. मसाला थोडा कोरडा होईस्तोवर परतून घ्यावा. दुसऱ्या भांडयात ८०० मिली पाणी उकळत ठेवून त्यात तमालपत्र, दही, तेल, चवीनुसार मीठ घालून उकळी आणावी. त्यानंतर भिजवलेला तांदूळ घालून मोकळा शिजवून घ्यावा. जाड बुडाच्या भांडयात सर्वात खाली पायाचे तुकडे, त्यावर भात, पुन्हा पायाचे तुकडे असे थर लावून वर कोथिंबीर घालून पाण्याचा हबका मारावा. घट्ट झाकण लावून एक वाफ येऊ द्यावी.

पुलाव

व्हेज पुलाव

साहित्य

अडीच कप चांगला तांदूळ,
१०० ग्रॅम मटार,
१०० ग्रॅम फरसबीचे १ इंचाचे पातळ तुकडे,
१०० ग्रॅम फ्लॉवरचे मध्यम तुकडे,
१०० ग्रॅम गाजराचे बारीक तुकडे,
१०० ग्रॅम टोमॅटोचे उकळत्या पाण्यातून काढून सालं काढून तुकडे,
३ लहान बारीक चिरलेले कांदे,
२ कप नारळाचे घट्ट दूध,
१ चमचा भाजलेली धणे पूड,
१२ लसणाच्या बारीक चिरलेल्या पाकळ्या,
२ इंच सालं काढून चिरलेलं आलं,
कांदा, आलं व लसूण यांची बारीक पेस्ट,
चवीला मीठ
२ चमचे साखर,
अर्धा चमचा हळद,
१ चमचा जिरे,
८ काळी मिरी,
४ मोठे चमचे वनस्पती तूप,
१ मोठा चमचा रिफाईंड तेल.

फोडणीसाठी

२ मध्यम दालचिनीचे तुकडे,
४ लवंगा,
४ हिरवे वेलदोडे,
२ मध्यम तमालपत्र

कृती

पातेल्यात २ मोठे चमचे तेल तापवून त्यात वाटलेली पेस्ट खमंग वास येईपर्यंत परतावी. मीठ व साखर घालून ढवळावे. सगळ्या मसाल्यांच्या पूडी घालून व टोमॅटो घालून परतावे व मिश्रणाला तेल सुटले की भाज्या व नारळाचे दूध घालून ढवळावे व वाफ आणावी. ग्रेव्ही घट्टसर झाली व भाज्या शिजल्या की गॅस बंद करावा. तांदूळ २ तास पाण्यात भिजवून नंतर निथळावा.

पातेल्यात १ मोठा चमचा तेल तापवून अख्खा गरम मसाला खमंग वास येईपर्यंत परतावा. त्यातच तांदूळ ५ मिनिटे परतून, पावणेपाच कप पाणी घालून व अंदाजे मीठ

''मला भात फडफडीतच आवडतो. अगदी तिन्ही त्रिकाळ मला भातावर राहायला सांगितलं, तरी मी आनंदानं राहीन. अट एकच, भात फडफडीत हवा. अपर्णा, माझी बायको सुरुवातीला माझ्यासाठी वेगळा भात करत असे. पण नंतर तिने सगळ्यांसाठी एकाच प्रकारचा भात केला जाईल, असा फतवा काढला. आता यातून मार्ग कसा काढायचा, तर कुकरमध्ये भात लावला, की त्याखाली मी चमचा ठेवू लागलो. म्हणजे काय व्हायचं, एका बाजूचा भात फडफडीत राहायचा तर दुसऱ्या बाजूच्या भातात पाणी राहायचे. माझी सोय व्हायची.''

घालून,भात शिजवून घ्यावा व त्यातला पाव भाग पांढरा भात बाजूला काढावा. पाऊण भाग भाताला अर्धा चमचा हळद लावून ठेवावी. एका पातेल्यात भाज्या पसरून त्यावर पिवळा भात पसरावा व त्यावर पांढरा भात घालावा. झाकण ठेवून झाकणावर पाणी घालून मंद गॅसवर ५ मिनिटे पुलाव शिजवावा. पुलावावर १ मोठा चमचा तूप पसरावे. गरमगरम वाढावे.

दिलपसंद पुलाव

साहित्य

पाव किलो बासमती तांदूळ, १ चमचा गरम मसाला पूड, १ वाटी ओला मटार, मूठभर फरसबी, अर्धी वाटी लाल गाजराचे तुकडे किंवा कीस, १ वाटी फ्लॉवरचे तुकडे, दोन मध्यम टोमॅटोचे तुकडे, २ मध्यम बारीक चिरलेले कांदे, २ मोठे चमचे वनस्पती तूप, १ मोठा चमचा रिफाईंड तेल, पाव कप घुसळलेले दही, १ चमचा जिरे, चवीला मीठ, १ लिंबाचा रस, १ चमचा बारीक चिरलेली कोथिंबीर, १ चमचा बारीक चिरलेली मिरची, दीड चमचा साखर, २० पनीरचे तळलेले तुकडे, २ चमचे साजूक तूप (वरून घालण्यासाठी), १० काजू, ६ बदामाचे मोठे काप, मूठभर बेदाणे (काजू, बदाम, बेदाणे तळून घेणे.)

कृती

प्रथम जाड बुडाच्या पातेल्यात तूप व १ चमचा तेल तापवून त्यात जिरे खमंग परतावे व त्यातच चिरलेल्या भाज्या (धुवून) चांगल्या परताव्या व झाकण ठेवून चांगली वाफ आणावी. नंतर गरम मसाला, टोमॅटो, कांदा घालून तेल सुटेपर्यंत परतावे. नंतर दही व तांदूळ घालून गुलाबी रंग येईपर्यंत परतावे व त्यातच मीठ व साखर घालावे. तांदळाच्या दुपटीच्या थोडे कमी पाणी घालावे. झाकणावर पाणी ठेवून पुलाव मंद गॅसवर शिजत ठेवावा. खाली लागू देऊ नये. पुलाव चांगला शिजला की खाली उतरवून त्यावर साजुक तूप पसरून घालावे व पनीर, बदाम, काजू, बेदाणे पेरावे. लिंबू रस, कोथिंबीर, हिरवी मिरची घालावी. गरमागरम दिलपसंद पुलावासोबत दही, कांदा, लोणचं व भाजलेला पापड द्यावा.

झटपट पुलाव

साहित्य

२ वाट्या तांदूळ,
अर्धे गाजर,
अर्धी वाटी मटारदाणे,
७- ८ फरसबीच्या शेंगा,
७-८ काजू,
३ लवंगा,
१ इंच दालचिनी,
२ वेलदोडे (ठेचून),
२ चमचे मीठ,
१ लिंबू,
१ चमचा मोहरी,
३ चमचे साजूक तूप

कृती

गाजर, फरसबी बारीक चिरून ठेवावी. मटार सोलावेत. पाण्यात चिमूटर सोडा घालून गाजर, फरसबी व मटार शिजवावे म्हणजे रंग छान राहील. भाज्या शिजल्या की चाळणीवर निथळाव्या. तांदळाचा साधा मोकळा भात करून घ्यावा. भात उपसून ठेवावा.मोठ्या पातेल्यात तुपाची फोडणी करून त्यात मोहरी, लवंग, वेलची, दालचिनी व काजू घालून १-२ मिनिटे परतावे. भाज्या घालून परतावे. मीठ घालावे. लिंबाचा रस व भात घालून चांगले मिसळावे व खाली उतरवावे. गरमागरम वाढावे.

मलई पुलाव

साहित्य

अर्धा किलो बासमती तांदूळ,
१ मोठा डबा मिक्स्ड फ्रूट कॉकटेल, २ संत्री,
१ मोठा चमचा साजूक तूप,
पाव चमचा खललेले केशर,
१ कप क्रीम,
अर्धा चमचा साखर,
अर्धा चमचा मीठ,
४ लवंगा, २ तमालपत्रे,
३ वेलचींची पूड,
सजावटीसाठी वर्ख व चेरीज

कृती

तांदूळ स्वच्छ धुवून तासभर ठेवावेत. नंतर दुप्पट पाणी, मीठ व साखर घालून मोकळा भात करून घ्यावा. फळांचा डबा उघडून फळे चाळणीवर टाकावीत म्हणजे रस निथळला जाईल. तुपावर लवंगा व तमालपत्र फोडणीस घालून भात व क्रीम घालावे. खदखदू लागल्यावर जरा ढवळून मंद आचेवर ३-४ मिनिटे ठेवून उतरवावे. चाळणीवरचे फळांचे तुकडे, वेलचीची पूड व खललेले केशर घालावे व नीट मिसळून झाकून ठेवावे. वाढण्याच्या पूर्वी पुलाव किंचित गरम करावा व आकर्षक भांड्यात काढून मध्यभागी चेरीच्या कापाचे फूल ठेवून, वरून वर्ख लावून वाढावा.

शाही पुलाव

साहित्य

अडीच वाट्या बासमती तांदूळ,
२ मोठे चमचे वनस्पती तूप,
१ मोठा चमचा रिफाईंड तेल,
२ वाट्या मटार,
१ वाटी फ्लॉवरचे मध्यम तुकडे,
१ बटाट्याचे सालं काढून तुकडे,
१ बटाट्याचे तळलेले तुकडे,
३ टोमॅटोच्या चकत्या,
४ कांद्यांचे पातळ उभे तळलेले काप,
अर्धा चमचा हळद,
१ चमचा धणे पूड,
१ चमचा जिरे पूड,
२ चमचे तिखट,
अर्धी वाटी घुसळलेले दही,
१०-१२ काजूचे तळलेले तुकडे,
मूठभर तळलेले बेदाणे,
१ चमचा गरम मसाला पूड,
चवीला मीठ व साखर (भात व भाज्यांसाठी),
१ मोठा चमचा तूप वरून घालण्यासाठी,
१ मोठा चमचा चिरलेली कोथिंबीर

कृती

प्रथम तांदळाच्या दुपटीपेक्षा कमी पाणी व मीठ घालून भात शिजवून घ्यावा व तेल लावलेल्या परातीत मोकळा पसरावा व त्यावर १ मोठा चमचा तूप पसरून काट्याने अलगद भात ढवळावा. फ्लॉवरचे तुकडे व मटार थोडे मीठ घालून अर्धवट वाफवून घ्यावेत. परातीतल्या भातावर बटाटा चीप्स व तळलेला कांदा (थोडा वगळून) पसरावा. नंतर भातावर दही पसरावे, तसेच धणे-जिरे पूड, हळद, गरम मसाला, चवीला साखर, लाल तिखट घालून भातात हलकेच मिसळावे. नंतर त्यात मटार व फ्लॉवर मिसळावा.

निर्लेपच्या पातेल्याला तेलाचा हात लावून भात पसरावा व भातावर तूप पसरावे. तसेच कांद्याच्या चकत्या, टोमॅटोच्या चकत्या, अर्धे तळलेले काजू घालून झाकण ठेवून १५ मिनिटे वाफ आणावी. पुलाव शिजल्यावर खाली उतरवावे. शाही पुलावावर कोथिंबीर, उरलेले काजू, बेदाणे पेरून दही, कांदा व भाजलेल्या पापडाबरोबर द्यावे.

भरली वांगी पुलाव

साहित्य

अडीच वाट्या जुना बासमती तांदूळ,
६ छोटी वांगी,
१ कांद्याच्या कुरकुरीत तळलेल्या गोल चकत्या,
४ मध्यम बारीक चिरलेले कांदे,
२ मोठे चमचे वनस्पती तूप (भातासाठी),
२ मोठे चमचे तेल (वांग्यासाठी),
१ मोठा चमचा तूप, (पुलावावर वरून घालण्यासाठी)
८ हिरव्या मिरच्या, ६ लसूण, ६ लवंगा, २ मध्यम दालचिनीचे तुकडे, १ इंच आल्याचा तुकडा, १० काळे मिरे, ४ लाल मिरच्या, ३ वेलदोडे, अर्धी वाटी ओला नारळ व १ चमचे आमचूर या सर्वांची बारीक पेस्ट करावी.

कृती

प्रथम तांदूळ अर्धा तास पाण्यात भिजवून नंतर निथळून ठेवावा. वांग्याचे देठ काढून भरण्यासाठी चार खाचा पाडून ती पाण्यात घालून ठेवावीत. वांगी पाण्यातून काढून कोरडी करावी. वाटलेल्या पेस्टमध्ये अंदाजे मीठ व ३ चमचे साखर घालून मसाला कालवून ठेवावा. वांगी पाण्यात अर्धवट उकडून घ्यावी. पातेल्यात २ मोठे चमचे तेल तापवून कांदा लाल करावा व त्यात वाटलेली पेस्ट घालून परतावी. खमंग वास येईपर्यंत परतावे व खाली उतरवून गार करावे. मसाल्यात मिठाची चव बघून त्यानुसार वांग्यात मसाला भरावा. पसरट पातेल्यात २ मोठे चमचे तूप तापवून तांदूळ गुलाबी परतावे. दुसऱ्या पातेल्यात ५ कप पाणी ठेवून उकळी आणावी व त्यात मीठ व तांदूळ घालावेत. गॅस मंद करून भात जवळजवळ शिजवून घ्यावा व भातावर वांगी रचावी. झाकण ठेवून सील करावे. नंतर ८-१० मिनिटे शिजवावे. गरम पुलावावर तूप सोडून कांद्याच्या रिंग घालाव्या व ग्रीन सॅलडबरोबर द्यावे.

मीलमेकर (सोया चंक्स) मटार पुलाव

साहित्य

२ वाट्या बासमती तांदूळ,
१ वाटी मटार दाणे,
३ कांदे,
३ लवंगा,
२ दालचिनीचे तुकडे,
२ तमालपत्रे,
३ हिरव्या मिरच्या,
दीड चमचा मीठ,
२ मोठे चमचे तेल अगर तूप

मीलमेकरसाठी

अर्धी वाटी मीलमेकर, (सोया चंक्स बाजारात तयार मिळतात.)
२ मोठे टोमॅटो,
६ लसूण पाकळ्या,
१ इंच आले,
अर्धा चमचा गरम मसाला,
अर्धा चमचा मीठ,
अर्धा चमचा साखर,
अर्धा चमचा तिखट

कृती

तांदूळ धुवून तासभर निथळत ठेवावेत. मीलमेकर अर्धा चमचा मीठ घालून कोमट पाण्यात २० मिनिटे भिजत ठेवावेत. मिरच्या व कांदे उभे पातळ चिरावे. टोमॅटो बारीक कापावे. आलं-लसूण वाटून घ्यावे. मटार दाणे थोडे मीठ घालून शिजवून ठेवावे.

एका मोठ्या पातेल्यात तेल अगर तुपावर तमालपत्र, दालचिनी व लवंगांची फोडणी करून त्यावर मिरच्यांचे तुकडे व चिरलेला कांदा परतावा. कांदा गुलाबी रंगावर आला की तांदूळ व मीठ घालावे. ४-५ मिनिटे सारखे परतावे. नंतर ५ वाट्या गरम पाणी घालून मोकळा भात शिजवावा. मीलमेकर फडक्यावर किंवा चाळणीवर घालून त्यातले उरलेले पाणी पूर्ण निथळू द्यावे.

लहान पातेल्यात कापलेले टोमॅटो, आलं-लसणाची गोळी घालून अर्धी वाटी पाणी घालावे व नीट मिसळून पातेली चुलीवर ठेवावी. मंद आंचेवर टोमॅटो शिजले की मीलमेकर घालावे व ढवळावे. पाणी आटत आले की साखर व तिखट घालावे. पाणी आटेपर्यंत सतत ढवळत राहावे. कोरडे होत आले की उतरवून भातात मिसळावे. मटारदाणे घालून भात ढवळावा व गरमच वाढावा.

मलई कोफ्ता पुलाव

साहित्य

अडीच वाट्या बासमती तांदूळ,
२ बटाटे (उकडून स्मॅश केलेले),
५-६ बारीक चिरलेल्या हिरव्या मिरच्या,
२ मध्यम तमालपत्र,
१ दालचिनीचा तुकडा,
५-६ लवंगा,
५ हिरवी वेलची,
१० काळे मिरी,
८ तळलेले काजू,
१ मोठा चमचा कोथिंबीर,
२ बटाट्याचे तळलेले चिप्स,
अर्धी वाटी खवलेला नारळ,
१ लिंबाचा रस,
१ मोठा चमचा साजूक तूप,
चवीला मीठ,
२ मोठे चमचे वनस्पती तूप,
२ चमचे रिफाइंड तेल,
२ चमचे साखर

कोफ्त्याचे साहित्य

१ वाटी चण्याच्या डाळीचे पीठ,
४-५ हिरव्या मिरच्यांचे बारीक तुकडे,
१ इंच आलं,
१ चमचा मीठ व चवीला साखर,
अर्धा चमचा हळद,
१ मोठा चमचा चिरलेली कोथिंबीर,
२०० ग्रॅम किसलेले पनीर,
अर्धा चमचा बडीशेप,
पाव चमचा जिरे

सजावटीसाठी साहित्य

तळलेले काजू,
१ मोठा चमचा चिरलेली कोथिंबीर,
२ मोठे चमचे खोवलेले खोबरे,
१ लिंबाचा रस,
२ बटाट्याचे चिप्स,
वरून पेरायला थोडेसे खोबरे वेगळे

कोफ्त्याची कृती

प्रथम चण्याचे पीठ, आलं, हिरवी मिरची, जिरे, पनीर, बटाट्याचा लगदा, मीठ, कोथिंबीर, खोबरे, साखर, बडीशेप, हळद घालून चांगले मळावे व त्याचे बेताचे गुळगुळीत गोळे करावेत व कढईत तेल, तूप तापवून गोळे बदामी रंगावर तळून बाजूला ठेवावेत.

पुलावाची कृती

उरलेले तेल, तूप पसरट पातेल्यात तापवून सर्व अख्खा गरम मसाला खमंग वास येईपर्यंत परतावा व त्यातच मिरची व तांदूळ घालून (तांदूळ अर्धा तास पाण्यात भिजलेला) गुलाबी रंगावर परतावे. या सर्व परतलेल्या मिश्रणात पावणेपाच वाट्या उकळते पाणी घालून चवीला मीठ व साखर घालून ढवळावे. झाकणावर पाणी ठेवून मंद गॅसवर पुलाव शिजवावा व चांगला शिजला की खाली उतरवून १ मोठा

चमचा तूप पसरून घालावे. नंतर तळलेले कोफ्ते हातावर जरा दाबून थोडेसे फोडावे व अलगद पुलावात मिसळावेत. पुलावावर खोबरं, कोथिंबीर, काजू, चीप्स, लिंबाचा रस, रिफाइंड तेल पसरून कढी व कोशिंबिरीबरोबर टॉस सॅलड सोबत गरमागरम सर्व्ह करावे.

काश्मिरी पुलाव

साहित्य

२ वाट्या बासमती तांदूळ, १ वाटी दही, १ चमचा साजूक तूप, मटार, फ्लॉवर, गाजर, बारीक चिरलेले, सफरचंदाचे आणि अननसाचे तुकडे प्रत्येकी अर्धी वाटी, २ चमचे आलं-लसूण पेस्ट, १ लिंबाचा रस, मोठी वेलची, दालचिनी, तमालपत्र, शहाजिरे प्रत्येकी अर्धा चमचा, कोथिंबीर, चिमुटभर केशर, काजू व किशमीश गरजेनुसार, चवीनुसार मीठ

कृती

तांदूळ धुवून निथळत ठेवावेत. पातेल्यात तूप घालून खडा मसाला परतून घ्यावा. आलं-लसूण पेस्ट घालून परतावे. त्यात चिरलेल्या भाज्या व कोथिंबीर घालून परतून तांदळाच्या सव्वापट पाणी घालावे. पाण्याला उकळी येताच त्यात तांदूळ घालून ढवळावे. थोड्याशा दुधात किंवा पाण्यात केशर नीट मिक्स करून घालावे. चवीनुसार मीठ घालून भात शिजवून घ्यावा. भात शिजतानाच काजू-किशमीश घालावे. भाताबरोबरच भाज्या शिजतील व त्याची चवही भातात उतरेल. गरमागरम खायला द्यावे.

साग चने का पुलाव

साहित्य

१ वाटी चणे,
२ वाट्या तांदूळ,
१ चमचा काळी मिरी,
४-५ लवंगा,
३-४ वेलची,
अर्धा चमचा जायपत्री,
३-४ तमालपत्र,
२ चमचे अनारदाणे,
४ चमचे तूप,
चवीनुसार मीठ,
४-५ हिरव्या मिरच्या,
१ चमचा आलं,
१ चमचा लसूण,
कोथिंबीर
पाव वाटी कांदा

कृती

१ वाटी देशी चणा स्वच्छ धुऊन ४-५ तास भिजवून घ्यावा. नंतर त्याला त्याच पाण्यात शिजत ठेवावा. २५ टक्के शिजल्यावर त्यात त्याच्या दुप्पट तांदूळ घालावा. त्याचबरोबर काळी मिरी, लवंग, विलायची, जायपत्री, तमालपत्र, अनारदाणे, तूप, चवीनुसार मीठ घालावे. हिरवी मिरची, आलं, लसूण, कोथिंबीर यांचे वाटणही घालावे. मंद आचेवर शिजवावे. एक कांदा लांब बारीक चिरून कुरकुरीत तळून घ्यावा. सर्व्ह करताना वर हा कांदा पसरावा.

प्रॉन्स (कोळंबी) फ्राईड राईस

साहित्य

२ वाट्या बासमती तांदूळ,
१ वाटी कोळंबी,
४/५ लसणाच्या पाकळ्या उभ्या पातळ चिरून,
३ मिरच्या बारीक चिरून,
१ कांदा उभा चिरून,
१ वाटी कांद्याची पात,
२ चमचे सोया सॉस,
२ चमचे चिली सॉस
प्रत्येकी पाव वाटी गाजर-फरसबी-सिमला मिरचीचे उभे काप,
पातीचा कांदा,
मीठ, मिरपूड,
तेल,

कृती

प्रथम भात शिजवून बाजूला ठेवावा. कोळंबीला मीठ-मिरपूड लावून तासभर मॅरिनेट करून ठेवावे. कोळंबी मैद्यात घोळवून तेलावर परतून घ्यावी. एका पॅनमध्ये तेल घालून त्यावर मिरची व लसूण परतून घ्यावे. नंतर कांदा घालून परतून घ्यावा. त्यात गाजर, फरसबी, सिमला मिरचीचे काप घालून परतावे. मीठ घालून झाकण ठेवावे. भाज्यांना वाफ आली की त्यात मिरपूड घालून तयार

भात घालून ढवळून घ्यावे. त्यावर बारीक चिरलेली कांद्याची पात घालावी. त्यात सोया सॉस व चिली सॉस घालून परतावे. परतलेली कोळंबी भातात घालून छान परतून वर झाकण ठेवावे. पाच मिनिटे मंद आंचेवर वाफ काढून घ्यावी. तयार फ्राईड राईस सर्व्ह करावा.

प्रॉन्स (कोळंबी) पुलाव

साहित्य

२ वाट्या बासमती तांदूळ,
२ वाट्या सोलून स्वच्छ केलेली कोळंबी,
१ मोठा चमचा टोमॅटो प्युरी,
१ मोठा चमचा आलं-लसूण-मिरची-कोथिंबीर पेस्ट,
४ हिरव्या मिरच्या,
खडा मसाला,
गरम मसाला,
अर्धी वाटी तळलेला कांदा,
१ उभा चिरलेला कांदा,
तेल
चवीनुसार मीठ

कृती

तांदूळ धुवून निथळत ठेवावेत. एका भांड्यात स्वच्छ केलेली कोळंबी घेऊन त्यात ३ ते ४ वाट्या पाणी घालून खड्या मसाल्याची पुरचुंडी घालावी. पाणी अर्धे होईपर्यंत आटवून स्टॉक करून घ्यावा. एका भांड्यात थोडे पाणी घालून खडा मसाला घालावा (स्टॉकसाठी वापरलेला चालेल). उभा चिरलेला कांदा घालून परतून घ्यावा. उभ्या चिरलेल्या मिरच्या घालून परतावे. त्यात तयार केलेली पेस्ट घालून परतावे. टोमॅटो प्युरी घालून पुन्हा परतावे. त्यात कोळंबी घालून तेल सुटेपर्यंत परतून घ्यावे. त्यात गरम मसाला घालून पुन्हा परतून झाकण ठेवावे. ५ मिनिटांनी झाकण काढून त्यात तळलेला कांदा घालून परतावे. त्यात तांदूळ घालून मोकळा होईपर्यंत परतावा. त्यात स्टॉक घालून गरजेनुसार आधणाचे पाणी घालावे. चवीनुसार मीठ घालून झाकण ठेवून भात शिजवून घ्यावा. अधून-मधून ढवळत भात शिजवून घेऊन गरमागरमच सर्व्ह करावा.

टोमॅटो कोळंबी पुलाव

साहित्य

२ वाट्या पांढरी कोळंबी,
अर्ध्या लिंबाचा रस,
अर्धा चमचा हळद,
अडीच वाट्या बासमती जुना तांदूळ,
दीड चमचे लाल मिरची पूड,
२ कांद्यांचे उभे पातळ काप (त्यातील अर्धा तळून),
१ वाटी मटार,
३ लवंगा,
६ काळे मिरे,
१ दालचिनीचा तुकडा,
२ तमालपत्र,
२ हिरव्या मिरच्या,
चवीला मीठ,
अर्धा चमचा साखर,
अर्धा चमचा हळद,
२ मोठे चमचे रिफाईंड तेल,
२ मोठे चमचे वनस्पती तूप (त्यातील १ मोठा चमचा वरून घालायला),
२ टोमॅटोंचा रस

कृती

प्रथम कोळंबीला अर्धा चमचा हळद व लिंबाचा रस लावून ठेवावा. टोमॅटो शिजवून प्युरी करावी. पातेल्यात तूप व तेल तापवून अर्धा कांदा तळून बाजूला ठेवावा व त्यातच लवंग, मिरी, दालचिनी, तमालपत्र घालून खमंग वास येईपर्यंत परतावे. त्यातच उरलेला कांदा, हिरव्या मिरच्या घालून कांदा मऊ होईपर्यंत परतावा. नंतर त्यात तांदूळ परतावा. तांदूळ परतून खमंग वास आला की मटार व हळद घालून ढवळावे. त्यात टोमॅटोचा रस व तांदळाच्या दुप्पट म्हणजे ५ वाट्या गरम पाणी घालून घट्ट झाकण ठेवावे. भात अर्धवट शिजला की त्यात मिरची पूड, कोळंबी, मीठ व साखर घालून ढवळावे. गॅस मंद ठेवावा. पुलाव शिजला की खाली उतरवावा. गरम टोमॅटो कोळंबी पुलावावर तूप घालून तळलेला कांदा पेरून ग्रीन सॅलडबरोबर द्यावा.

पारशी फिश पुलाव

साहित्य

१ मोठ्या अर्धा किलो वजनाच्या पापलेटचे अडीच इंचाचे काप,
१ कप चांगला तांदूळ,
६ कप पाणी,
४ बारीक चिरलेले कांदे,
लसणाच्या १० पाकळ्या,
१० लाल सुक्या मिरच्या,
१ चमचा जिरे,
अर्धा कप दही,
अर्ध्या लिंबाचा रस,
१ चमचा केशराची पूड,
२ चमचे मीठ,
१ चमचा वनस्पती तूप (भातासाठी)
१ चमचा तेल रिफाईंड (भातासाठी),
१ चमचा वनस्पती तूप फिशसाठी.

कृती

लसूण-मिरे-जिरे यांची बारीक पेस्ट करून घ्यावी. लिंबाच्या रसात केशर घालून ठेवावे. ६ कप पाणी उकळत ठेवून त्यात १ चमचा मीठ व धुतलेले तांदूळ घालून उकळी आणावी व तांदूळ अर्धे शिजले की त्यातील पाणी बाजूस गाळून ठेवावे. पातेल्यात तूप व तेल घालून कांदा तांबूस करावा व त्यातला पाऊण कांदा बाजूला काढून ठेवावा. उरलेल्या तेला-तुपात पेस्ट परतावी व त्यात फिशचे तुकडे व अर्धे मीठ घालून ढवळावे. नंतर २ मोठे चमचे पाणी घालून १ मिनिट शिजवून बाजूला काढून ठेवावे. तांदळाला उरलेला अर्धा कांदा व दही लावावे. फिशवर तांदूळ पसरावा. वरून केशर मिसळलेला लिंबाचा रस घालावा. उरलेला तळलेला कांदा वरून पेरावा. पातेल्याला वरून घट्ट झाकण लावून व कणकेने सील करून भात शिजल्यावर त्यावर तूप घालावे व गरमगरम वाढावे.

शाही मटण पुलाव

साहित्य

२ वाट्या बासमती तांदूळ,
पाव किलो मटण,
खडा मसाला,
एक तमालपत्र,
५/६ काळी मिरी,
१ बडी वेलची

फोडणीसाठी

१ मोठा चमचा आलं-लसूण पेस्ट,
१ कांदा,
गरम मसाला,
बिर्याणी मसाला,
हळद,
तिखट,
मीठ चवीनुसार,
तूप,
१ चमचा दही,
१ चमचा नारळाचे दूध,
केशर आवश्यकतेनुसार,
काजू आवश्यकतेनुसार

कृती

एका भांड्यात स्वच्छ केलेलं मटण घेऊन त्यात ३/४ वाट्या पाणी घालून एका पुरचुंडीत खडा मसाला बांधून तो त्यात घालावा. मटण उकळवत ठेवावे. मटण शिजले की उरलेले पाणी स्टॉक सारखे बाजूला काढून ठेवावे. नंतर शिजलेल्या मटणाला आलं-लसूण पेस्ट, दही, मीठ लावून तासभरासाठी मॅरिनेट करून ठेवावे. तांदूळ धुवून निथळत ठेवावेत. जाड बुडाच्या पातेल्यात तूप घेऊन त्यात तमालपत्र, बडी वेलची व मिरे घालून परतावे. त्यात कांदा उभा चिरून घालावा. कांदा परतून त्यात १ चमचा बिर्याणी मसाला घालून परतून घ्यावे. त्यात मॅरिनेट केलेले मटण घालून हळद, तिखट व गरम मसाला घालून तेल सुटेपर्यंत परतावे. झाकण ठेवावे. एका पातेल्यात पाणी उकळवत ठेवावे. १० मिनिटांनी झाकण काढून त्यात निथळलेले तांदूळ व मटण घालून हलक्या हाताने ढवळावे. त्यात नारळाचे दूध घालावे. त्यात काढून ठेवलेला स्टॉक घालावा. लागेल तेवढे आधणाचे पाणी घालावे. केशर व चवीनुसार मीठ घालून उकळू द्यावे. थोडे पाणी आटल्यावर त्यावर झाकण ठेवून वाफ काढून घ्यावी. १० मिनिटांनी परत एकदा ढवळावे. भात पूर्ण शिजेपर्यंत झाकण ठेवावे. गरमा- गरम मटण पुलाव सर्व्ह करावा.

खिमा कोफ्ता पुलाव

साहित्य

१ किलो खिमा (स्वच्छ धुवून, कापडात बांधून कोरडा करून),
२ मध्यम चिरलेले कांदे,
१ इंच आल्याचे तुकडे,
लसणाच्या १० पाकळ्या,
६ हिरव्या मिरच्यांचे तुकडे,
अर्धी जुडी चिरलेला पुदिना,
अर्धी जुडी चिरलेली कोथिंबीर,
१ चमचा गरम मसाला,
४ चमचे वनस्पती तूप,
३ मोठे चमचे मलई किंवा क्रीम,
१ कप दही (बांधलेला चक्का),
१० बदाम, १० पिस्ते, मूठभर बेदाणे, १० काजू, अर्धी मूठ चारोळी हे पदार्थ अर्धवट कुटलेले,
चवीला मीठ,
१ मोठा चमचा वनस्पती तूप

पुलावाचे साहित्य

३ वाट्या जुना बासमती तांदूळ,
दालचिनीचा मोठा तुकडा,
४ मोठ्या मसाला वेलच्या,
३ तमालपत्र,
१५ काळे मिरे,
१ चमचा शहाजिरे,
६ लवंगा,
१०-१२ भिजवलेल्या बदामाचे काप,
२ कप दही,
३ मोठे चमचे वनस्पती तेल,
१ मोठा चमचा रिफाईंड तेल,
२ मोठे चमचे साजुक तूप
१ वाटी कांद्याचा तळलेला चुरा,
चवीला मीठ

कृती

तांदूळ पाण्यात भिजत ठेवावेत. उपसून कोरडे होईपर्यंत निथळत ठेवावेत. प्रथम कोरडा केलेला खिमा ताटलीत पसरावा व त्यात कांदा, आलं, लसूण, मिरच्या, कोथिंबीर, पुदिना एकत्र वाटून घालावा. गरम मसाला, मलई, मीठ व तूप घालून खिम्याची पेस्ट करावी. खिम्याचे होतील तेवढे सारखे गोळे करावे. सुक्या मेव्याचा भरडलेला चुरा एकत्र मिसळून ठेवावा. त्याचेही खिम्याच्या गोळ्यांएवढे भाग करावेत. खिम्याच्या एकेका गोळ्याची वाटी करून त्यात सुक्या मेव्याचा एकेक भाग घालावा व वाटी बंद करून त्याचा गोल गोळा करावा. हे तयार झालेले कोफ्ते वेगळ्या ताटलीत ठेवावेत.नंतर १ मोठा चमचा तूप तापवून त्यात दही व २ कप पाणी एकत्र घुसळून घालावे व त्याला उकळी आली की, त्यात कोफ्ते घालावेत. मंद गॅसवर कोफ्ते शिजवून एका वेगळ्या डिशमध्ये काढावेत. उरलेली ग्रेव्ही व पाणी एकत्र करून, तांदळाच्या दुप्पट पाणी तयार करून उकळत ठेवावे. दुसऱ्या पातेल्यात २ मोठे चमचे तूप तापवून

त्यात अख्खा गरम मसाला खमंग वास येईपर्यंत परतावा व कोरडे झालेले तांदूळ घालून परतावे. नंतर त्यात उकळलेला स्टॉक घालून मीठ घालावे. झाकणावर पाणी ठेवून मंद गॅसवर पुलाव शिजवावा. शिजलेल्या पुलावावर १ मोठा चमचा रिफाईंड तेल तापवून पसरून घालावे. पुलावाला चांगली वाफ आणवून खाली उतरवावे. खाली उतरवल्यावर झाकण काढून पुलावामध्ये कोफ्ते हलकेच मिसळावेत. वर तळलेला कांदा घालावा व सर्व्ह करावे.

यारकंदी पुलाव

साहित्य

२ वाट्या लाल तांदूळ,
२ वाट्या बांबू शूटचे तुकडे,
१ चमचा बारीक चिरलेले आलं,
१ चमचा लसूण,
२ चमचे सोया सॉस,
३-४ हिरव्या मिरच्या,
पाव वाटी पातीचा कांदा,
२ चमचे तेल,
१०-१५ पळसाची/केळीची पाने,
अॅल्युमिनियम फॉईल
१ मातीचा मटका,
२ वाट्या कणीक

कृती

यारकंद हे लेह-लडाख जवळील गावाचे नाव आहे. यारकंद या नावाचे गाव इराकमध्ये सुद्धा आहे. हा पुलाव लेह-लडाख या भागात बनवितात.

सर्वप्रथम लाल तांदूळ अर्धा तास भिजवून ठेवावा. नंतर ४ वाट्या पाणी उकळत ठेवून त्यात सोया सॉस, मीठ, बांबू शूट, आलं, लसूण, हिरवी मिरची व तेल घालून उकळी आणावी. नंतर यात भिजलेले तांदूळ घालून व्यवस्थित शिजवावे. कांद्याची पात बारीक चिरून, थोड्या तेलावर परतून त्यामध्ये थोडे बारीक चिरलेले बांबू शूट व तयार भात घालून एकत्र करावे. एका मातीच्या माठामध्ये भरून जाड पोळीने बंद करावे. त्या पोळीवर पळसाची पाने किंवा अॅल्युमिलियम फॉईल लावावी व त्यावर कोळसे ठेवावेत. १५ ते २० मिनिटे मंद आचेवर शेकून नंतर रायत्याबरोबर सर्व्ह करावे.

मशरुम पुलाव

साहित्य

२ वाट्या तांदूळ,
३ वाट्या मशरुम,
३ चमचे साखर,
१-१ आलं-लसूण पेस्ट,
अर्धी वाटी घोटलेले दही,
मीठ, साखर चवीनुसार
२-३ दगड फूल,
१ चमचा लिंबू

कृती

एका भांडयात ३ चमचे साखर घालून साखरेचे कॅरॅमल तयार करावे. नंतर यातच २ ग्लास पाणी घालून उकळत ठेवावे. त्यामध्ये आलं-लसूण पेस्ट, घोटलेले दही, चवीनुसार मीठ, साखर व दगड फूल घालावे. पाण्याला उकळी आल्यावर धुतलेले तांदूळ घालावे. तोपर्यंत दुसऱ्या एका पॅनमध्ये ३ वाट्या मशरुम तेलामध्ये चांगले परतून घ्यावे. नंतर हे मशरुम भातात घालून एकत्र शिजवावे. गरमगरम सर्व्ह करावे. मशरुम भातात घालण्याअगोदर त्याला मीठ व लिंबू चोळून ठेवावे.

चना पुलाव

साहित्य

२ वाट्या तांदूळ,
२ वाट्या वाफवलेले चणे,
अर्धी वाटी चिरलेला कांदा,
पाव वाटी तूप,
१ चमचा दालचिनी,
अर्धा चमचा लवंगा,
१ चमचा काळी मिरी,
५-६ तमालपत्रे,
१ चमचा वेलची,
१ वाटी टोमॅटो रस,
चवीनुसार मीठ, हळद,
कोथिंबीर

कृती

अर्धी वाटी तूप गरम करून त्यात पातळ चिरलेला कांदा तळून घ्यावा. नंतर त्यात दालचिनी, लवंग, काळी मिरी, तमालपत्र, वेलदोडे घालून थोडे परतावे. त्यावर धुतलेले तांदूळ घालावे व पुन्हा परतावे. मग त्यात टोमॅटोचा रस, मीठ, हळद घालून परतावे व त्यावर झाकण ठेवून, भात मंद आचेवर शिजू द्यावा. मधेच वाफवलेले चणे घालावे व परत झाकण ठेवून वाफ येऊ द्यावी. भात मोकळा शिजल्यावर वरून कोथिंबीर व तळलेला कांदा घालून सर्व्ह करावा.

छेना पुलाव

साहित्य

३ वाट्या तांदूळ,
पाव किलो पनीर,
४ चमचे तूप,
१ चमचा साखर,
१ वाटी चिरलेला कांदा,
३-४ तमालपत्र,
५-६ लवंगा,
५-६ वेलची,
१ चमचा दालचिनी,
मीठ चवीनुसार

कृती

तांदूळ धुवून निथळावे. पनीरचे चौकोनी तुकडे करावे. कांदे उभे पातळ चिरून घ्याव्ये. तांदूळ कोरडे झाले की त्यात साखर व २ चमचे तूप घालून कालवावे. दुसऱ्या एका पॅनमध्ये १ चमचा तूप घेऊन त्यात पनीरचे तुकडे तळून बाजूला ठेवावे. त्याच तुपात कांदा कुरकुरीत तळून घ्यावा. उरलेल्या तुपात तमालपत्र, लवंग, दालचिनी व वेलची घालून थोडे परतावे व तांदूळ घालावे. सोबतच थोडे मीठ सुद्धा घालावे. थोडा वेळ परतल्यावर तांदळाच्या दीडपट गरम पाणी घालून भात शिजवून घ्यावा. भात ८० टक्के शिजल्यावर त्यात पनीर व तळलेला कांदा घालावा. भात पूर्ण शिजल्यावर गरमागरम सर्व्ह करावा.

आंब्याचा पुलाव

साहित्य

२ वाट्या बासमती तांदूळ,
पाव चमचा हळद,
चवीनुसार मीठ,
२ नग अर्धवट पिकलेले आंबे
४ चमचे खोबरे,
१ चमचा जिरे,
५-६ मिरची,
४ चमचे तूप,
१ चमचा मोहरी,
कढीपत्ता,
१ चमचा चण्याची डाळ

कृती

बासमती तांदूळ धुवून ठेवावा. तांदळाच्या दुप्पट पाणी उकळायला ठेवावे. त्यात हळद व मीठ घालावे. उकळी आली की तांदूळ घालावे. भात शिजवून घ्यावा. अर्धवट पिकलेल्या २ आंब्यांच्या फोडी कराव्या. खोबरं, मिरच्या व जिरे वाटून घ्यावे. भात होत आला, की त्यात आंब्याच्या फोडी, वाटलेला मसाला व थोडे तूप घालावे. दुसऱ्या भांड्यात तूप घेऊन त्यात मोहरी, हळद, कढीपत्ता व चण्याची डाळ घालून फोडणी करावी. ही फोडणी भातावर वरून घालावी व गरम गरम वाढावे.

दही पनीर पुलाव

साहित्य

२ वाट्या तांदूळ,
अर्धा किलो पनीर,
४ चमचे तूप,
४ चमचे आलं-लसूण,
४ चमचे जर्दाळू,
१/४ वाटी आलूबुखार पेस्ट,
अर्धी वाटी दही,
चवीनुसार मीठ,
१ चमचा गरम मसाला,
३-४ तमालपत्र,
१ चमचा दालचिनी,
५-६ लवंग,
१ चमचा काळी मिरी,
१ वाटी कांदा,
५-६ हिरव्या मिरच्या,
अर्धी वाटी काजू, बेदाणे

कृती

बासमती तांदूळ अर्धा तास पाण्यात भिजत ठेवावा. पनीरचे तुकडे तुपावर परतून घ्यावे. परतलेल्या तुकडयांना आलं-लसूण, जर्दाळू व आलूबुखार पेस्ट, दही, मीठ लावून घ्यावे. २ चमचे तुपात आलं-लसूण पेस्ट, गरम मसाला, तमालपत्र, दालचिनी, लवंग, काळी मिरी खमंग परतावे. नंतर अर्धी वाटी कांदा व हिरची मिरचीचे तुकडे घालून दही लावलेले पाव वाटी काजू व बेदाणे घालावे. वर भिजवलेले तांदूळ घालावे. त्यात पुलाव शिजण्याइतपत पाणी घालून झाकण ठेवावे. मंद आचेवर पुलाव शिजवावा. अर्धवट शिजल्यावर त्यात पनीरचे तुकडे घालावे. पूर्णपणे शिजल्यावर गरमगरम सर्व्ह करावा.

खजूर पुलाव

साहित्य

२ वाट्या तांदूळ,
२ चमचे लोणी,
पाव वाटी बदाम,
१ वाटी खजूर,
अर्धी वाटी बेदाणे,
अर्धी वाटी फ्रेश क्रीम,
सजावटीसाठी चेरी

कृती

तांदूळ धुवून ठेवावे. लोण्यावर तांदूळ परतून घ्यावे. तांदळाच्या दुप्पट पाणी घालून भात शिजवून घ्यावा. बदाम थोडा वेळ गरम पाण्यात भिजत घालावे. साल काढून तेलात परतून घ्यावे (खजूर हाताने मोडून परतून घ्यावे. तयार भातवर बदाम, बेदाणे, खजूर घालून एकत्र मिसळून घ्यावे. वरून चेरी व फ्रेश क्रीम घालून भात सर्व्ह करावा.

राईस बॉल पुलाव

साहित्य

२ वाट्या तांदूळ,
१ चमचा खडा मसाला,
अर्धी वाटी दही,
चवीनुसार मीठ व साखर,
कोथिंबीर
१-१ चमचा आलं-लसूण पेस्ट,
४ चमचे तूप,
अर्धी वाटी वाफवलेले मटार

कृती

२ वाट्या तांदळाची उकड घ्यावी व त्याचे छोटे-छोटे बॉल्स बनवून ठेवावे. पाणी उकळत ठेवून त्यामध्ये खडा मसाला, दही, मीठ, साखर, कोथिंबीर, आलं-लसूण पेस्ट व तूप घालून उकळत ठेवावे. पाणी उकळल्यावर त्यामध्ये राईसचे तयार बॉल घालून मंद आचेवर शिजवावे. पाणी आटत आल्यावर त्यामधे वाफवलेले मटार धुवून घालावे. झाकण ठेवून शिजू द्यावे.

राजमा पुलाव

साहित्य

अर्धी वाटी राजमा,
१ वाटी तांदूळ,
अर्धी वाटी बारीक चिरलेला कांदा,
१-१ चमचा धणे-जिरे पूड,
३-४ तमालपत्र,
२-३ लवंग,
अर्धा चमचा दालचिनी,
१ चमचा काळे मिरे,
पाव-पाव चमचा हिंग व हळद,
१-१ चमचा आलं-लसूण पेस्ट,
१ चमचा गरम मसाला,
चवीनुसार तिखट,
कोथिंबीर
पाव वाटी दही

कृती

राजमा आदल्या दिवशी भिजत घालावा. सकाळी, किंचित सोडा घालून राजमा कुकरमध्ये शिजवून घ्यावा. एका पातेल्यात तूप गरम करून त्यात धणे-जिरे पूड, तमालपत्र, लवंग, दालचिनी, काळे मिरे घालून चांगले परतून घ्यावे. नंतर १ वाटी तांदूळ व २ वाट्या पाणी घालून भात शिजवून घ्यावा. दुसऱ्या एका भांडयात तूप गरम करून त्यात अर्धी वाटी बारीक चिरलेला कांदा, हिंग, हळद, आलं-लसूण पेस्ट घालून परतावे. नंतर गरम मसाला, धणे-जिरे पूड, तिखट, थोडी कोथिंबीर व पाव वाटी दही घालून परतवावे. तेल सुटल्यावर त्यात कुकरमध्ये शिजवलेला राजमा पाण्यासकट घालावा

व एक वाफ आणून त्यात भात मिसळावा. हलक्या हाताने एकत्र करून, पुन्हा एक वाफ येईस्तोवर राजमा व भाताचे मिश्रण शिजवून घ्यावे.

फणसाचा पुलाव

साहित्य

२ वाट्या तांदूळ,
१ वाटी कांदा चिरलेला,
२ चमचे लसूण,
४ चमचे तूप,
अर्धी वाटी टोमॅटो,
चवीनुसार तिखट, मीठ,
पाव किलो फणस,
४ चमचे चहापत्ती,
अर्धा चमचा साखर,

कृती

कांदा व लसूण वाटून घ्यावे. नंतर तुपावर परतून घ्यावे. थोडे लालसर झाले की त्यावर टोमॅटो, तिखट, मीठ व फणसाचे तुकडे घालून परतवावे. चांगले परतल्यावर त्यात थोडे पाणी घालून फणस शिजू द्यावा. मिश्रण कोरडे करुन घ्यावे. दुसऱ्या एका पातेल्यात तुपावर कांदा परतून घ्यावा. त्याच पातेल्यात थोडे तेल घालून अर्धी वाटी चहापत्तीचे पाणी घालावे. नंतर थोडे मीठ व तांदूळ घालून भात शिजवून घ्यावे. भात ८० टक्के शिजल्यावर त्यात फणसाचे तुकडे व चवीनुसार साखर घालावी. झाकण लावून एक वाफ आणून पुलाव शिजवून घ्यावा.

मलबारी पुलाव

साहित्य

३ नग बारीक चिरलेले कांदे, पाव वाटी तूप, १-१ चमचा आलं-लसूण पेस्ट, ४ चमचे खोबऱ्याचे तुकडे, २ वाट्या तांदूळ, १ वाटी नारळाचे दूध, पाव चमचा साखर, हळद, चवीनुसार मीठ, पाव वाटी तळलेले काजू, पाव वाटी तळलेले कांदा

कृती

बारीक चिरलेले कांदे तुपावर परतून ठेवावे. उरलेल्या तुपात आलं-लसूण पेस्ट, खोबऱ्याचे तुकडे, व धुतलेले तांदूळ घालून परतून घ्यावे. चांगले परतल्यावर त्यात नारळाचे दूध व थोडे पाणी घालून भात मोकळा शिजवून घ्यावा. भात शिजताना त्यात चिमूटभर साखर, हळद व चवीनुसार मीठ घालावे. भात वाढताना तळलेले काजू व कांदे घालावे.

मेथी पनीर पुलाव

साहित्य

१ वाटी तांदूळ, चवीनुसार मीठ, १ वाटी मेथीदाणे, पाव चमचा हिंग, १ चमचा जिरे, ४-५ हिरवी मिरची, १ वाटी पनीरचे तुकडे, १-१ चमचा आलं-लसूण पेस्ट, १ चमचा गरम मसाला, २ चमचे बटर

कृती

२ वाट्या तांदूळाचा मीठ घालून मोकळा भात शिजवून घ्यावा. १ वाटी मेथी पाण्यात उकळून वाटून घ्यावी. तुपात हिंग व जिरे घालून फोडणी करावी. त्यावर वाटलेली मेथी व मिरचीची पेस्ट घालून थोडे परतावे. नंतर त्यात तळलेले पनीरचे तुकडे, आलं-लसूण पेस्ट व तयार भात घालून गरम मसाला घालावा व मिश्रण एकत्र परतून घ्यावे. बाजूने थोडे बटर सोडून ५ मिनिटे शिजू द्यावे. गरम गरम सर्व्ह करावे.
(टीप : मेथीचा कडवटपणा आवडत नसल्यास मेथीचे प्रमाण कमी करावे)

सुकामेवा बिर्याणी

दलिया बिर्याणी

कोकोनट राईस बिर्याणी

व्हेज हरियाली बिर्याणी

व्हेज बिर्याणी

बैंगन बिर्याणी

मटण बिर्याणी

चिकन दम बिर्याणी

थाई रेड करी राईस

शेजवान फ्राइड राईस

लजीजा खिचडी

बिशी बेळे भात

मशरुम बिर्याणी

मूग बिर्याणी

काबुली बिर्याणी

पौष्टिक सोयाबीन बिर्याणी

मलई पुलाव

काश्मिरी पुलाव

पारशी फिश पुलाव

मुलताई वडा भात

मोगलाई बिर्याणी

अंडा बिर्याणी

कोल्हापुरी मटण बिर्याणी

पेशावरी बिर्याणी

काश्मिरी गोश्त बिर्याणी

व्हेज पुलाव

दिलपसंद पुलाव

झटपट पुलाव

कोळंबी बिर्याणी

तमिळी अंडा बिर्याणी

हरियाली चिकन बिर्याणी

चिकन याखनी बिर्याणी

भाताचे वेगवेगळे प्रकार

चीज रोल्स राईस

साहित्य

२ वाट्या तांदूळ,
१ स्लॅब मोझेरेला चीज,
१ चमचा मिक्स्ड हर्ब्ज,
पाव वाटी पनीर,
२-३ हिरवी मिरची,
१ चमचा व्हिनेगर,
१ चमचा बारीक चिरलेला लसूण,
चवीनुसार साखर,
१ नग लिंबू,
मीठ चवीनुसार

कृती

सर्वप्रथम पनीरमध्ये मीठ, लिंबू, साखर, कोथिंबीर घालून कुस्करून घ्यावे. मोझोरोला चीजच्या लांब स्लाईस कापून तव्यावर ठेवाव्या. थोडया वितरळल्यावर त्यात पनीरचा मसाला घालून गरम असतानाच त्याचा रोल करावा. एका दुसऱ्या भांड्यात पाणी उकळत ठेवून त्यात बारीक चिरलेला लसूण, मीठ, लिंबू, व्हिनेगर, साखर, मिक्स हर्ब्ज घालून तांदूळ घालावे. तांदूळ ८० टक्के शिजल्यानंतर त्यात तयार रोल्स घालून मंद आचेवर भात शिजवून घ्यावा.

मुल्ताई वडा भात

साहित्य

अर्धी वाटी मटकी,
अर्धी वाटी अख्खे मूग,
अर्धी वाटी उडीद डाळ,
अर्धी वाटी चणा डाळ,
अर्धी वाटी तूर डाळ,
३ वाट्या तांदूळ,
१ चमचा धणे,
१ चमचा मेथीदाणे,
पाव चमचा हिंग,
हळद, तिखट चवीनुसार
१ चमचा मोहरी,
१ चमचा धणे,
अर्धा चमचा जिरे,
२ चमचे आलं-लसूण,
४-५ हिरवी मिरची,
४ चमचे कोथिंबीर,
अर्धी वाटी दही,
कढीपत्ता

कृती

प्रथम सर्व डाळी व मेथीदाणे भाजून घ्यावे व ते भिजत ठेवावे. नंतर मिक्सरवर जाडसर बारीक करून घ्यावे. बारीक करतेवेळी त्यात आलं, लसूण, हिरवी मिरची, कोथिंबीर, धणे, जिरे आणि चवीनुसार मीठ घालावे. नंतर या मिश्रणात थोडे दही, बारीक चिरलेला कढीपत्ता घालावा. या मिश्रणाचे छोटे वडे थापून पळसाच्या पानात ठेवून वाफवून घ्यावे. तोपर्यंत ३ वाट्या पाणी

उकळत ठेवून त्यामध्ये थोडी हळद, तेल, दही मीठ घालून, तांदूळ घालून भात शिजवून घ्यावा. वडे वाफवून झाल्यावर थोडया तेलात परतून घ्यावे. नंतर हे वडे भातात कुस्करून एकत्र करावे. त्यावर हिंगाचे पाणी व मोहरीची फोडणी घालून चिंचेच्या कढीबरोबर सर्व्ह करावे.

नद्र चावल

साहित्य

२ वाट्या तांदूळ,
५ नग कमल काकडी,
अर्धी वाटी किसलेले पनीर,
२ चमचे आलं-लसूण पेस्ट,
मीठ, साखर चवीनुसार,
अर्धी वाटी दही,
२-३ स्टारफूल,
पाव वाटी कोथिंबीर,
१ वाटी मैदा,
अर्धी वाटी कॉर्न स्टार्च,
अर्धी वाटी ब्रेड क्रम्स

कृती

कमल काकडीचे मध्यम आकाराचे तुकडे करावे. त्यामध्ये आलं-लसूण, कोथिंबीर, किसलेले पनीर याचा मसाला भरावा. नंतर मैदा व कॉर्न स्टार्चच्या द्रावणात बुडवून, ब्रेड क्रम्सवर घोळवून डीप फ्राय करावे. एका पातेल्यात पाणी उकळत ठेवून त्यामध्ये स्टारफूल, दही, मीठ, साखर, आलं-लसूण पेस्ट घालून तांदूळ शिजवावा. तांदूळ ८० टक्के शिजल्यावर त्यात तळलेले कमल काकडीचे तुकडे घालावे. एक वाफ येवू द्यावी. भात पूर्णपणे शिजल्यावर सर्व्ह करावा. किंवा भाताबरोबर तळलेले तुकडे सर्व्ह करावे.

बेक्ड स्पिनच राईस

साहित्य

२ वाट्या तयार भात,
१ चमचा चिरलेला लसूण,
४ चमचे चीज स्प्रेड,
अर्धा चमचा मिक्स हर्बस्,
मीठ चवीनुसार
१ वाटी पालकाची पाने,
१ चमचा जाडसर काळी मिरी,
पाव वाटी प्रोसेस्ड चीज,
पाव वाटी मोझोरोला चीज

कृती

सर्वप्रथम २ वाटी भात शिजवून घ्यावा. त्यामध्ये १ चमचा बारीक चिरलेला लसूण, ४ चमचे चीज स्प्रेड, अर्धा चमचा मिक्स हर्बस्, चवीनुसार मीठ व १ वाटी बारीक चिरलेली पालकाची पाने घालावी. (पालकाची पाने बारीक चिरण्याकरीता थोडी मोठी पाने निवडून एकावर एक ठेवून गुंडाळी करुन कापावी). हे सर्व एकत्र करून त्यावर जाडसर कुटलेली काळी मिरी व अर्धी वाटी किसलेले प्रोसेस्ड व मोझोरोला चीज घालून चीज मेल्ट होईस्तोवर बेक करावे.

टोफू राईस

साहित्य

२ वाट्या टोफू,
दीड वाटी तयार भात,
१ चमचा चिली फ्लेक्स,
१ चमचा मिक्स हर्बस्,
१ चमचा सोया सॉस,
मीठ चवीनुसार
पाव वाटी कोथिंबीर

कृती

२ वाट्या टोफू चौकोनी तुकडयांमध्ये कापून घ्यावे. साधारण दीड वाटी शिजलेला भात तेलात परतून त्यामध्ये चिली फ्लेक्स, मिक्स हर्बस्, लाईट सोया सॉस व टोफू घालावा. तेलावर शॅलोफ्राय करून टोफू घातला तर जास्त चांगला लागतो. चवीनुसार मीठ, कोथिंबीर घालून सर्व्ह करावे.

वास्ते भात

(कोवळा बांबू वापरून केलेला भाताचा प्रकार)

साहित्य

१ वाटी कोवळ्या बांबूचे तुकडे,
१ वाटी तांदूळ,
३-४ गुलमोहराची फुले,
१ चमचा काळी मिरी,
३-४ हिरव्या मिरच्या,
२ चमचे आलं-लसूण पेस्ट,
कोथिंबीर
मीठ, साखर चवीनुसार

कृती

सर्वप्रथम अडीच वाट्या पाणी उकळत ठेवून त्यामध्ये आलं-लसूण पेस्ट, हिरवी मिरची, कोथिंबीर, काळी मिरी घालून उकळी येऊ द्यावी. नंतर यात चवीनुसार मीठ, साखर घालावी. दुसऱ्या पॅनमध्ये बांबूचे तुकडे परतून घ्यावे. उकळी आलेल्या मिश्रणात हे तुकडे व तांदूळ घालावे. मंद आचेवर शिजवून सर्व्ह करावे.

पीनट कोकोनट राईस

साहित्य

१ वाटी किसलेले खोबरे,
१ वाटी तयार भात,
चवीनुसार मीठ,
४ चमचे पीनट सॉस,
२ चमचे चिली फ्लेक्स,
२ चमचे तेल

कृती

सर्वप्रथम पॅनमध्ये तेल घेऊन त्यात नारळाचा कीस परतून घ्यावा किंवा मायकोवेव्हला लावून क्रिस्पी करावा. फ्रायपॅनमध्ये पीनट सॉस घालून ते वितळल्यावर तयार भात, चिली फ्लेक्स, चवीनुसार मीठ घालावे. सर्वात शेवटी किसलेलं खोबरं घालून सर्व्ह करावे.

लोबीया चावल
(लाल माठ का साग)

साहित्य

२ वाट्या चवळीच्या शेंगा,
२ वाट्या लाल तांदूळ,
अर्धी वाटी दही,
२ चमचे ठेचलेले आलं-लसूण,
४-५ हिरव्या मिरच्या,
२ चमचे कोथिंबीर,
१ चमचा मोहरी,
२ चमचे तेल,
अर्धी वाटी कांदा,
१ वाटी लाल माठ,
४ चमचे सातूचे पीठ

कृती

सर्वप्रथम तांदूळ भिजत ठेवून नंतर मीठ, तेल व दही घालून शिजवून घ्यावा. तयार भाताचे छोटे छोटे गोळे तयार करून ठेवावे. तेलामध्ये मोहरी, हिंग, ठेचलेले आलं-लसूण, हिरवी मिरची, बारीक चिरलेली कोथिंबीर, चवळीच्या शेंगा घालून परतून घ्यावे. नंतर यात थोडे दही, मीठ व तयार केलेले भाताचे गोळे घालून चांगले वाफवून घ्यावे व लाल माठाच्या सागाबरोबर खायला दयावे.

लाल माठ का साग - लाल माठ बारीक चिरून कांद्याबरोबर फोडणीला घालून चांगला परतून घ्यावा. नंतर पाणी, चवीनुसार मीठ व लिंबू घालून उकळी आणावी. सातूच्या पिठाने थोडे घट्ट करून खायला द्यावे.

लजीजा खिचडी

साहित्य

१ वाटी मुगाची डाळ,
१ वाटी तांदूळ,
१ वाटी जाडसर बेसन,
१ वाटी दही,
मीठ, तिखट चवीनुसार
१ चमचा गूळ,
५-६ लाल मिरच्या,
१ चमचा जिरे,
२ चमचे लसूण,
८-१० लसूण पाकळ्या,
पाव चमचा हिंग,
१ चमचा मोहरी,
पाव वाटी कोथिंबीर,
२ वाट्या ताक

गुजरातमधील सौराष्ट्र या भागात बनविला जाणारा हा प्रकार आहे. लजीजा हे नाव कसं पडलं हे मात्र कोणालाही सांगता आलं नाही.

कृती

सर्वप्रथम लाल मिरच्या, लसूण, जिरे, मीठ एकत्र कुटून घ्यावे. एका भांडयात पाणी तापत ठेवावे. त्यामध्ये दही, मीठ, गूळ, तेल घालून तांदूळ, मुगाची डाळ उकळत ठेवावी.

तोपर्यंत जाडसर बेसनामध्ये तयार लाल चटणी, तेल, मीठ घालावे. थोडे घट्टसर भिजवावे. खिचडी ८० टक्के शिजल्यावर बेसनाच्या मिश्रणाचे छोटे-छोटे गोळे करून घालावे. दोन्ही पूर्णपणे शिजल्यानंतर वरून मोहरी-हिंगाची फोडणी व कोथिंबीर घालून सर्व्ह करावे.

पालक राईस

साहित्य

१०० ग्रॅम पालक, अर्धी वाटी बारीक चिरलेला कांदा, ३ वाट्या तयार भात, मीठ, लिंबू व साखर चवीनुसार ४-५ हिरव्या मिरच्या, अर्धी वाटी मक्याचे दाणे

कृती

पालकाची पाने एकावर एक ठेवून गुंडाळी करावी व त्याचे लांब तुकडे कापून घ्यावे. कांदा लांब चिरून फोडणीला घालावा. त्यामध्ये मीठ, लिंबू, साखर, हिरव्या मिरच्या व २ वाट्या शिजवलेला भात घालावा. चांगले परतून त्यामध्ये बारीक चिरलेला पालक घालावा. लगेचच खायला दयावे.
टीप :- यामध्ये पालकाबरोबर मक्याचे दाणे सुद्धा छान लागतात.

कोथिंबीर भात

साहित्य

१ वाटी कोथिंबीर पेस्ट,
१ वाटी चिरलेली कोथिंबीर,
२ वाट्या तांदूळ,
२ चमचे आलं-लसूण,
१ चमचा आमचूर पूड,
१ चमचा खसखस,
२ चमचे सुके खोबरे,
४ चमचे मनुका,
४ चमचे चारोळी,
मीठ, साखर चवीनुसार
४ चमचे तेल,
१ नग लिंबू,
४ चमचे साजूक तूप

कृती

एक वाटी कोथिंबीरीची पेस्ट करून घ्यावी. एका पॅनमध्ये २ चमचे आले-लसूण पेस्ट परतून त्यामध्ये खसखस, आमचूर पूड, सुकं खोबरं, मनुका, चारोळी, चवीनुसार मीठ, साखर घालून मसाला थंड करावा. त्यामध्ये एक

वाटी बारीक चिरलेली कोथिंबीर घालावी. दुसऱ्या एका पातेल्यात २ ग्लास पाणी गरम करून त्यामध्ये कोथिंबीरीची पेस्ट घालावी. तेल, मीठ, लिंबू, साखर घालून भात शिजवून घ्यावा. भात शिजत आल्यावर तयार केलेला कोथिंबीरीचा मसाला घालावा व झाकून ठेवावे. वरून साजूक तूप घालून सर्व्ह करावे.

सोया राईस

साहित्य

२ वाट्या तांदूळ,
४ चमचे तेल,
२ चमचे बडीशोप,
५ चमचे सोया सॉस,
२ चमचे व्हिनेगर,
२ चमचे काळी मिरी पूड,
मीठ, साखर चवीनुसार
पाव वाटी पातीचा कांदा

कृती

तेलात बडीशोप परतून घ्यावी. यातच २ ग्लास पाणी घालून उकळायला ठेवावे. त्यामध्ये सोया सॉस, व्हिनेगर, अर्धा चमचा काळी मिरी पूड, चवीनुसार मीठ, साखर घालून २ वाट्या तांदूळ घालावा. मंद आचेवर भात शिजवून वर बारीक चिरलेला पातीचा कांदा घालावा.

बीन्स राईस

साहित्य

२ वाट्या तांदूळ,
१ वाटी फ्रेंच बीन्स,
२ चमचे तेल,
२-३ स्टार फूल,
१ चमचा लिंबाचा रस,
मीठ, साखर चवीनुसार
२ चमचे व्हिनेगर,
२ चमचे आलं-लसूण पेस्ट,
१ चमचा मैदा,
कोथिंबीर

कृती

प्रथम ३ ग्लास पाणी उकळत ठेवून त्यामध्ये तेल, स्टार फूल, लिंबाचा रस, मीठ, साखर व व्हिनेगर घालावे. उकळी आल्यावर त्यामध्ये तांदूळ घालावे. आलं-लसूण पेस्ट, चवीनुसार मीठ, १ चमचा मैदा घालून यात लांब चिरलेले फ्रेंच बीन्स घोळवून तळून घ्यावे. भात शिजत असताना शेवटी शेवटी या तळलेल्या बीन्स त्यात घालाव्या. भात पूर्ण शिजल्यावर कोथिंबीर घालून सर्व्ह करावे.

सिंधी पापड चावल

साहित्य

१०-१२ सिंधी पापड, २ वाट्या तांदूळ, २ चमचे तेल, १ चमचा जिरे, १ चमचा बारीक चिरलेला लसूण, अर्धी वाटी बारीक चिरलेली कोथिंबीर, अर्धी वाटी दही, १ चमचा आमचूर पूड, मीठ, साखर व तिखट चवीनुसार २ चमचे आलं-लसूण पेस्ट, पाव चमचा हळद, अर्धी वाटी लांब चिरलेला कांदा

कृती

यासाठी १०-१२ मोठया आकाराचे सिंधी पापड भाजून घ्या. सर्वप्रथम २ चमचे तेलात जिरे व बारीक चिरलेला लसूण परतून घ्यावा. त्यामध्ये अर्धी वाटी बारीक चिरलेली कोथिंबीर, आमचूर पूड, मीठ, साखर, तिखट घालून खरपूस परतून घ्यावे. नंतर पाणी गरम करून त्यामध्ये २ चमचे आलं-लसूण पेस्ट, थोडी हळद, बारीक चिरलेला लांब कांदा, कोथिंबीर व अर्धी वाटी दही घालून उकळून घ्यावे. पाणी उकळत आल्यावर त्यामध्ये तांदूळ व चवीनुसार मीठ, साखर घालावी. भात शिजत आला की दुसऱ्या एका पातेल्यात भाताचा थर द्यावा. त्यावर एक पापड पसरून कोथिंबीरीचा मसाला घालावा. परत एक भाताचा थर द्यावा. असे चार-पाच थर द्यावे. झाकण ठेवून मंद आचेवर १० मिनिटे शिजू द्यावे. बुंदी रायत्याबरोबर सर्व्ह करावे.

राईस विथ क्रिस्पी व्हेजिटेबल

साहित्य

२ वाट्या तांदूळ,
अर्धा चमचा लिंबाचा रस,
मीठ, साखर चवीनुसार
३ चमचे तेल,
कोथिंबीर
अर्धी वाटी फ्लॉवरचे तुरे,
अर्धी वाटी कोबी,
अर्धी वाटी फ्रेंच बीन्स,
अर्धी वाटी बेबी कॉर्न,
२ चमचे आलं-लसूण,
१ चमचा व्हिनेगर,
१ चमचा काळी मिरी पूड,
पाव वाटी कॉर्न स्टार्च,
अर्धी वाटी मैदा

कृती

दोन वाट्या तांदूळ अडीच वाट्या पाण्यात उकळत ठेवावा. उकळताना त्यामध्ये अर्ध्या लिंबाचा रस, मीठ, साखर, ३ चमचे तेल व बारीक चिरलेली कोथिंबीर घालावी. तोपर्यंत पातळ चिरलेले फ्लॉवरचे तुरे, कोबी, फ्रेंच बीन्स, बेबी कॉर्न यांना आलं-लसूण, मीठ, साखर, व्हिनेगर, काळी मिरी पूड लावून ठेवावी. नंतर ते कॉर्न स्टार्च व मैद्याच्या द्रावणात बुडवून डीप फ्राय करावे. भाजांचे तळलेले तुकडे व शिजलेला भात एकत्र करून सर्व्ह करावे. सोबत गार्लिक सॉस द्यावा.

क्रिस्पी पोटॅटो राईस

साहित्य

दीड वाटी तांदूळ,
१ चमचा काळी मिरी,
मीठ, साखर चवीनुसार
१ नग लिंबू,
२-३ स्टार फूल,
कोथिंबीर,
१ चमचा कच्च्या कांद्याची पेस्ट

कृती

सर्वप्रथम दोन वाट्या पाणी उकळत ठेवून त्यामध्ये लिंबाचा रस, स्टार फूल, काळी मिरी, बारीक चिरलेली कोथिंबीर, कच्च्या कांद्याची पेस्ट, आलं-लसूण पेस्ट व तेल आणि चवीनुसार मीठ, साखर घालावे. पाणी चांगले उकळल्यावर त्यामध्ये दीड वाटी धुतलेला तांदूळ घालावा. मंद आचेवर भात शिजवून घ्यावा. सर्व्ह करतेवेळी त्यामध्ये १ वाटी बटाट्याच्या तयार सळ्या (बटाट्याचा तळलेला कीस) मिसळावा.

स्टफ्ड पेप्पर राईस

साहित्य

१ नग लाल सिमला मिरची,
१ नग पिवळी सिमला मिरची,
४ चमचे तेल,
१ चमचे भरडलेली काळी मिरी,
२ वाट्या तांदूळ,
मीठ, साखर चवीनुसार
पाव वाटी प्रोसेस्ड चीज

कृती

सर्वप्रथम लाल व पिवळी सिमला मिरची एकत्र करून मिक्सरमध्ये त्याची पेस्ट करावी. एका भांडयात तेल घेऊन त्यामध्ये भरडलेली काळी मिरी फोडणीला घालावी. त्यात ३ कप पाणी घालून उकळावे. नंतर त्यात धुतलेला तांदूळ घालून भात शिजवून घ्यावा. शिजवताना त्यात चवीनुसार मीठ, साखर व सिमला मिरचीची पेस्ट घालावी व थोडे प्रोसेस्ड चीज घालून झाकून ठेवावे. सिमला मिरची वरून कापून आतून पोखरुन घ्यावी. नंतर तयार केलेला भात यामध्ये भरून मिरचीला बाहेरून थोडे तेल लावावे व मायक्रोवेव्हमध्ये २२५ डिग्रीवर ५-७ मिनिटे बेक करावे.

अद्रकी भात

साहित्य

२ वाट्या तांदूळ,
१ वाटी लांब चिरलेला कांदा,
अर्धी वाटी आल्याचा कीस,
३ चमचे लिंबाचा रस,
मीठ, साखर चवीनुसार
कोथिंबीर
अर्धी वाटी फ्रेश क्रीम

कृती

लांब चिरलेला कांदा थोड्या तेलात परतून घ्यावा. नंतर यातच ३ वाट्या पाणी घालून उकळावे. यामध्ये आल्याचा कीस, लिंबाचा रस, मीठ व साखर घालावी. पाणी उकळल्यावर त्यामध्ये तांदूळ घालून शिजवावा. तांदूळ शिजत आल्यावर थोडी कोथिंबीर घालावी. याची चव थोडी सौम्य करण्याकरता अर्धी वाटी फ्रेश क्रीम मिसळून सर्व्ह करावे.

(टीप : हा भात थोडा तिखट असतो, त्यामूळे याच्याबरोबर दिला जाणारा पदार्थ थोडा सौम्य असावा.)

बिशी बेळे भात

साहित्य

४ चमचे उडदाची डाळ,
४ चमचे चणा डाळ,
अर्धा चमचा मेथीदाणा,
४ चमचे धणे,
१ चमचा जिरे,
५-६ लाल मिरच्या
१ चमचा सुकं खोबरं,
१ चमचा मोहरी,
कढीपत्ता
१ वाटी तुरीची डाळ,
दीड वाटी तांदूळ,
४ चमचे चिंचेचा कोळ,
पाव चमचा हिंग

कृती

उडदाची डाळ, चणा डाळ, मेथीदाणा, धणे, जिरे, लाल मिरच्या आणि सुके खोबरे थोडया तेलात परतून घ्यावे. त्याची पूड करावी. पातेल्यात तेल गरम करून मोहरी, कढीपत्ता फोडणीला घालून ५ वाट्या पाणी घालावे. पाणी उकळल्यावर त्यात १ वाटी तुरीची डाळ घालावी. अर्धवट शिजल्यावर दीड वाटी तांदूळ घालावा. चवीनुसार मीठ व ४ चमचे चिंचेचा कोळ घालावा. नंतर अर्धी वाटी तयार केलेला मसाला घालावा. एकत्र करून शिजवून घ्यावे. वरून मोहरी, हिंग व कढीपत्ता याची फोडणी देऊन ताकाबरोबर सर्व्ह करावे.

कोकम राईस

साहित्य

२ वाट्या तांदूळ,
८-१० कोकम,
४ चमचे साजूक तूप,
१ चमचा जिरे,
२ चमचे चिली फ्लेक्स,
मीठ, साखर चवीनुसार
१ वाटी नारळाचे दूध,
अर्धी वाटी कोकोनट क्रीम

कृती

सर्वप्रथम कोकम २ वाट्या पाण्यात भिजवून त्याचा रस काढून घ्यावा. रस काढलेले कोकम लांब-लांब चिरून तळून बाजूला ठेवावे. दुसऱ्या एका भांडयात साजूक तूप गरम करून जिरे फोडणीला घालावे व चवीनुसार चिली फ्लेक्स घालावे. त्यातच कोकमाचा रस उकळत ठेवावा. चवीनुसार मीठ, साखर घालावे. नंतर तांदूळ घालावा. मंद आचेवर भात शिजवून घ्यावा. सर्वात शेवटी घट्ट नारळाचे दूध किंवा कोकोनट क्रीम त्यावर घालावे. सर्व्ह करतेवेळी भातावर बारीक तळलेले कोकम घालावे.

कॅरट राईस

साहित्य

२ वाट्या किसलेले गाजर,
२ वाट्या तांदूळ,
अर्धी वाटी तूप,
२ चमचे आलं,
२ चमचे लसूण,
१ चमचा जिरे,
मीठ, लिंबू, साखर चवीनुसार

कृती

भात शिजवतांना त्यामध्ये १ वाटी कच्च्या गाजराची पेस्ट घालावी. एका भांडयात तूप घेऊन त्यामध्ये बारीक चिरलेलं आलं, लसूण, जिरे घालून चांगले परतावे. त्यामध्येच गाजराचा कीस सुद्धा परतून घ्यावा. नंतर यात शिजलेला भात, मीठ, साखर, लिंबू घालून मिश्रण एकत्र करावे. गरमगरम सर्व्ह करावे.

स्प्राउट राईस

साहित्य

२ वाट्या कडधान्य (कुठलेही),
१ वाटी तांदूळ,
४ चमचे तेल,
२ चमचे आलं-लसूण पेस्ट,
१ चमचा कसूरी मेथी,
२ चमचे कोथिंबीर,
अर्धी वाटी दही,
मीठ, साखर चवीनुसार
२ चमचे ओले खोबरे

कृती

कुठलेही कडधान्य व तांदूळ स्वच्छ धुवून घ्या. एका पॅनमध्ये तेल घेऊन त्यामध्ये आलं-लसूण पेस्ट, कसूरी मेथी, बारीक चिरलेली कोथिंबीर व दही घालून २ वाट्या पाणी घालावे. पाणी उकळल्यावर त्यात तांदूळ घालावे. यात स्प्राउट्स व चवीनुसार मीठ, साखर घालावे. मंद आचेवर शिजवावे. सर्व्ह करताना ओले खोबरे व कोथिंबीर घालावी.

वालाची खिचडी

साहित्य

१ वाटी वालाची डाळ,
२ चमचे तेल,
१ चमचा जिरे,
पाव चमचा हिंग,
पाव चमचा हळद,
१ वाटी तांदूळ,
मीठ, गूळ चवीनुसार
१ चमचा गरम मसाला
४ चमचे किसलेले खोबरे,
कोथिंबीर
२ चमचे साजूक तूप

कृती

वालाची डाळ भिजवून ठेवावी. एका पातेल्यात २ चमचे तेल घेऊन त्यामध्ये जिरे, हिंग, हळद घालून फोडणी करावी. त्यात भिजवलेली वालाची डाळ परतून घ्यावी. नंतर ३ वाट्या पाणी घालून उकळी आल्यावर धुतलेला तांदूळ घालावा. चवीनुसार मीठ, गूळ, गरम मसाला, किसलेलं खोबरं घालून शिजवावे. सर्व्ह करतेवेळी ओले खोबरे, कोथिंबीर व साजूक तूप घालावे.

ग्रीन थाई राईस

साहित्य

२ वाट्या तयार भात,
१ चमचा मिक्स हर्बस्,
पाव वाटी तुळशीची पाने,
२ लिंबाची पाने,
१ छोटी जुडी लेमन ग्रास,
१ चमचा बडीशेप,
४-५ हिरवी मिरची,
१ चमचा लिंबाचा रस,
पाव वाटी पालकाची पाने

कृती

सर्व प्रथम मिक्स हर्बस्, तुळशीची पाने, लिंबाची पाने, लेमन ग्रास, बडीशेप, हिरवी मिरची, लिंबाचा रस एकत्र वाटून घ्यावे. रंग कमी वाटल्यास थोडी पालकाची पाने घालावी. पातेल्यात तेल घेऊन हा सर्व मसाला परतून घ्यावा. जास्त परतू नये. नंतर यात तयार शिजलेला भात घालून सर्व्ह करावे.

लोटस राईस

साहित्य

२ वाट्या तांदूळ,
१०० ग्रॅम कमळाची पाने,
१०० ग्रॅम कमल काकडी,
मीठ, साखर चवीनुसार
अर्धा चमचा लिंबाचा रस,
४ चमचे तेल,
२ चमचा सोया सॉस,
२ चमचे आलं-लसूण पेस्ट,
पाव वाटी पातीचा कांदा,
कोथिंबीर

कृती

सर्वप्रथम कमल काकडी १ इंच तुकड्यांमध्ये कापून ठेवावी. कमळाची कोवळी पाने तोडून घ्यावी. ४ वाट्या पाणी उकळत ठेवून भात शिजायला ठेवावा. त्यातच मीठ, साखर, लिंबाचा रस, तेल व १ चमचा सोया सॉस घाला. दुसऱ्या एका पॅनमध्ये २-३ चमचे तेल घेऊन त्यामध्ये आलं-लसूण पेस्ट परतून कमल काकडीचे तुकडे परतून घ्यावे. चवीनुसार मीठ, सोया सॉस घालावा. वरून बारीक चिरलेला पातीचा कांदा घालावा. भात शिजल्यावर त्यातील वरचा भात काढून घ्यावा. पॅनमधील राहिलेल्या भातावर कमळाचे पान पसरावे व त्यावर तयार केलेला कमल काकडीचा मसाला सुद्धा पसरावा. नंतर परत भाताचा थर घालावा. झाकण लावून मंद आचेवर ५-७ मिनिटे ठेवावे. सर्व्ह करतेवेळी भाताबरोबर सगळे थर येतील हे बघावे.

पर्शियन राईस

साहित्य

२ पाव,
१/४ वाटी लोणी,
१ चमचा शहाजिरे,
१-२ स्टारफूल,
अर्धा चमचा विलायची,
१ वाटी बटाट्याचे काप,
२ वाट्या तांदूळ,
पाव वाटी सुका मेवा
अर्धा चमचा केशर

कृती

सर्वप्रथम २ पावाचे तुकडे करून लालसर रंगावर तळून बाजूला ठेवावे. पाव वाटी लोण्यात शहाजिरे, स्टारफूल, वेलची फोडणीला घालून त्यामध्ये ७-८ बटाट्यांचे काप घालावे. नंतर ३ वाट्या पाण्यात मीठ घालून उकळवावे. उकळी आल्यावर त्यात तांदूळ घालून भात शिजवावा. भात शिजत असताना त्यामध्ये भरपूर प्रमाणात (साधारण पाऊण वाटी) सुका मेवा घालावा. सर्वात शेवटी पावाचे तळलेले तुकडे व केशराचे पाणी घालून गॅस बंद करावा.

बदाम-पिस्ता खिचडी

साहित्य

१ वाटी बदामाचे तुकडे,
अर्धी वाटी पिस्ते,
अर्धी वाटी शिजवलेला भात,
चिमूटभर मीठ,
२ चमचे तूप,
२ वाटी दूध,
२-३ चमचे साखर,
अर्धा चमचा वेलची,
४ चमचे काजू,
४ चमचे किशमीश

कृती

१ वाटी बदाम भिजवून त्याचे लांब काप करून ठेवावे. त्याच प्रमाणे पिस्ता कोमट पाण्यात भिजवून, सोलून त्याचे २ भाग वेगळे करून स्वच्छ करावे. एक वाटी पाणी उकळत ठेवून त्यामध्ये चिमूटभर मीठ घालावे. नंतर तूप, भात, बादामाचे काप व पिस्ता घालून उकळी येऊ दयावी. पाणी आटत आल्यावर त्यात १ वाटी दूध घालावे. मिश्रण शिजत आल्यावर त्यामध्ये चवीनुसार साखर, वेलची घालून मंद आचेवर शिजवावे. वरून थोडे किशमीश व काजू घालून सर्व्ह करावे.

रेड बीन्स राईस

साहित्य

२ वाट्या लाल तांदूळ,
१ वाटी राजमा,
४ चमचे तेल,
१ चक्रीफूल,
पाव चमचा काळी मिरी,
४-५ लवंग,
चवीनुसार मीठ, साखर,
अर्धा चमचा लिंबाचा रस,
२ चमचे साजूक तूप

कृती

लाल तांदूळ व राजमा भिजवून ठेवावा. पातेल्यात तेल घेऊन ते गरम झाल्यावर त्यात चक्रीफूल, काळी मिरी, लवंग व पाणी घालावे. पाणी उकळत असतांना त्यात अर्ध्या लिंबाचा रस, मीठ व साखर घालावी. नंतर राजमा घालून तो ७० टक्के शिजल्यावर तांदूळ घालावे. नंतर दोन्ही एकत्र शिजवून वरून साजूक तूप घालावे. हा राईस रायत्याबरोबर किंवा नुसत्या पापडाबरोबरही छान लागतो.

हातसडीचा वांगे भात

साहित्य

२ वाट्या हातसडीचा तांदूळ, (हातसडीचा म्हणजे पॉलिश न केलेला तांदूळ)
२ वाट्या चिरलेली वांगी,
४ चमचे आलं-लसूण पेस्ट,
मीठ, लिंबू चवीनुसार,
४ चमचे बेसन,
पाव वाटी कॉर्न स्टार्च,
४ चमचे चिरलेली कोथिंबीर,
४ चमचे खोबऱ्याचा कीस

कृती

२ वाट्या तांदूळ असेल तर २ वाट्या वांगी लांब चिरून त्याला आलं-लसूण पेस्ट, मीठ, लिंबू चोळून ठेवावे. नंतर त्यावर थोडे बेसन व कॉर्न स्टार्च एकत्र करून लावावे व कडकडीत तेलात तळून घ्यावे. दुसऱ्या एका भांड्यात अडीच वाटी पाणी तापत ठेवून त्यामध्ये आलं-लसूण, हिरवी मिरचीची पेस्ट, २-३ चमचे तेल, दही, मीठ, साखर, बारीक चिरलेली कोथिंबीर व धुतलेला तांदूळ घालून शिजवावे. भात शिजल्यावर त्यावर तळलेले वांग्याचे तुकडे घालावे. वरून कोथिंबीर व ओलं खोबरं घालून वांग्याच्या तुकड्यांबरोबरच भात सर्व्ह करावा.

थाई रेड करी राईस

साहित्य

२ वाट्या तांदूळ,
१ वाटी नारळाचे दूध,
१ चमचा लसूण,
१ चमचा आले,
४ ओल्या लाल मिरच्या,
चवीनुसार मीठ,
२-३ सिमला मिरची,
१ वाटी तळलेला कांदा,
पाव वाटी भाजलेले शेंगदाणे,
अर्धी वाटी किसलेले चीज,
२ चमचे तळलेला लसूण,
२ चमचे चिली फ्लेक्स

कृती

सर्वप्रथम २ वाटी तांदळाचा भात शिजवून घ्यावा. एका पॅनमध्ये नारळाचे घट्ट दूध घेऊन त्यामध्ये लसूण व आले घालावे. ओल्या लाल मिरच्या वाटून त्यासुद्धा घालाव्या. दुधाला उकळी आल्यावर त्यामध्ये शिजवलेला भात, चवीनुसार मीठ घालून एकत्र करावे. मोठया लाल सिमला मिरच्या अर्ध्या कापून, मधून पोखरून त्यामध्ये हा भात भरून सर्व्ह करावे. भाताबरोबर एका वाटीत तळलेला कांदा, भाजलेले शेंगदाणे, बारीक चिरून तळलेला लसूण, किसलेले चीज, चिली फ्लेक्स एकत्र करून द्यावे.

व्हीट राईस

साहित्य

२ वाट्या ब्रोकन व्हीट, (गव्हाचे तुकडे)
पाव वाटी तेल,
२ चमचे आलं-लसूण पेस्ट,
२ चमचे खडा मसाला,
अर्धी वाटी दही,
१ चमचा कसूरी मेथी,
कोथिंबीर,
अर्धी वाटी गाजराचे तुकडे,
मीठ, साखर चवीनुसार
२ चमचे साजूक तूप,
पाव वाटी खोबरा कीस

कृती

ब्रोकन व्हीट पाण्यात भिजत ठेवावा. तेल गरम करून त्यामध्ये १ चमचा आलं-लसूण पेस्ट व २ चमचे उपलब्ध असलेला खडा मसाला घालून परतून घ्यावे. त्यामध्ये ३ वाट्या पाणी, अर्धी वाटी दही, कसूरी मेथी, बारीक चिरलेली कोथिंबीर, अर्धी वाटी गाजराचे तुकडे घालून पाणी उकळल्यावर भिजवलेले गहू घालावे. चवीनुसार मीठ, साखर घालून मंद आचेवर शिजवून घ्यावे. वरून साजूक तूप, खोबरं व कोथिंबीर घालावी.

पनीर ॲपल राईस

साहित्य

२ वाट्या तयार भात,
२ चमचे तूप,
चिमुटभर मीठ,
१ वाटी ॲपल पेस्ट,
अर्धी वाटी पनीर,
२ स्टारफूल,
मीठ, लिंबू, साखर चवीनुसार
२ चमचे चिली फ्लेक्स

कृती

प्रथम २ वाट्या मोकळा भात शिजवून घ्यावा. शिजवताना त्यात २ चमचे तूप, चिमूटभर मीठ घालावे. एका सफरचंदाची पेस्ट करुन घ्यावी. पॅनमध्ये २ चमचे तुपात अर्धी वाटी पनीरचे बारीक तुकडे परतून घ्यावे. त्यामध्ये २ स्टारफुले घालावी. नंतर सफरचंदाची पेस्ट, चवीनुसार मीठ, लिंबू, साखर, चिली फ्लेक्स व तयार भात घालून एकत्र करावे. गरमागरम खायला द्यावे.

ड्रमस्टीक राईस

साहित्य

२ वाट्या तांदूळ,
१०-१२ शेवग्याच्या शेंगा,
४ चमचे तेल,
१ चमचा शहाजिरे,
२ चमचे चिरलेला लसूण,
५-६ हिरवी मिरची,
मीठ, साखर चवीनुसार
१ चमचा लिंबाचा रस,
पाव चमचा हळद,
२ चमचे तूप,
कोथिंबीर

कृती

तांदूळ धुवून ठेवावा. १०-१२ शेवग्याच्या शेंगांच्या शिरा काढून ठेवाव्या. त्यातल्या पाच-सहा शेंगांचे तुकडे कुकरमध्ये शिजवून मिक्सरमध्ये बारीक करून त्याचा चोथा काढून गर वेगळा करावा. एका पातेल्यात तीन चमचे तेल घेऊन त्यामध्ये शहाजिरे, बारीक चिरलेला लसूण, बारीक चिरलेली हिरवी मिरची परतून घ्यावी व यामध्ये ४ वाट्या पाणी घालावे. पाण्याला उकळी आल्यावर चवीनुसार मीठ, साखर, लिंबाचा रस, थोडी हळद व शेवग्याच्या शेंगाचे तुकडे घालावे. नंतर भिजवलेला तांदूळ घालून मंद आचेवर भात शिजवत ठेवावा. भात शिजत असताना शेवग्याच्या शेंगांचा गर त्यामध्ये घालावा. मंद आचेवर भात शिजल्यावर वरून २ चमचे तूप, बारीक चिरलेली कोथिंबीर घालून सर्व्ह करावा. शेवग्याच्या शेंगेबरोबर भात वाढला जाईल ही काळजी घ्यावी.

चीज मँगो राईस

साहित्य

२ नग पिकलेले आंबे,
२ वाट्या प्रोसेस्ड चीज,
४ चमचे चिली फ्लेक्स,
अर्धी वाटी दूध,
२ वाट्या तांदूळ,
अर्धा चमचा मिक्स हर्बस्,
मीठ, साखर चवीनुसार
चिमुटभर रंग,
२ चमचे व्हेजिटेबल ऑईल,
१ चमचा लिंबाचा रस,
४ चमचे लोणी

कृती

पिकलेल्या आंब्याचे चौकोनी तुकडे करून घ्यावे. १ वाटी प्रोसेस्ड चीज, चिली फ्लेक्स, अर्धी वाटी दूध एकत्र करून मिक्रमध्ये बारीक करून घ्यावे. एका पॅनमध्ये गरम करावे. नंतर आंब्याचे तुकडे टूथपिकला लावून तयार केलेल्या चीज सॉसमध्ये घोळवून फ्रीजमध्ये ठेवावे. एका पातेल्यात अडीच वाट्या पाणी गरम करून त्यामध्ये अर्धा चमचा मिक्स्ड हर्बस्, मीठ, थोडा पिवळा रंग, २ चमचे व्हेजिटेबल ऑईल, चवीनुसार मीठ, साखर, लिंबाचा रस मिसळून पाणी उकळल्यावर त्यामध्ये भात शिजवून घ्यावा. भात शिजत आल्यावर त्यामध्ये ४ चमचे लोणी व तयार केलेले मँगो चीज क्युब घालावे. झाकण ठेवून वाफ येऊ द्यावी. वाढताना थोडा भात व चीज क्युब असे मिसळून सर्व्ह करावे.

जाल्फ्रेजी राईस

साहित्य

३ वाट्या ग्रीन व्हेजिटेबल्स (गाजर, सिमला मिरची, मटार, फ्लॉवर, कोबी, फरसबी इत्यादी भाज्या),
३ वाट्या तांदूळ,
४ चमचे तेल,
१ वाटी टोमॅटो प्युरी,
२ चमचे व्हिनेगर,
मीठ, साखर, तिखट चवीनुसार
१ चमचा अजिनोमोटो,
४ चमचे कॉर्न स्टार्च,
१ चमचा सोया सॉस,
अर्धी वाटी पनीर,
४ चमचे फ्रेश क्रीम

कृती

गाजर, सिमला मिरची, मटार, फ्लॉवर, कोबी, फरसबी या भाज्या बारीक चिरून २ चमचे तेलावर परतून घ्याव्या. नंतर यात टोमॅटो प्युरी, व्हिनेगर, चवीनुसार मीठ, साखर, तिखट व अजिनोमोटो घालावे. थोडया कॉर्न स्टार्चच्या पाण्याने घट्ट करावे.

दुसऱ्या एका पातेल्यात ३ वाट्या पाणी गरम करून त्यात तेल, व्हिनेगर, सोया सॉस, मीठ घालून ३ वाट्या तांदूळ शिजत ठेवावा. भात शिजत आल्यावर त्यावर तयार केलेली जालफ्रेजी, अर्धी वाटी किसलेले पनीर व फ्रेश क्रीम घालावे. झाकूण ठेवावे. सर्व्ह करतेवेळी भाजी व भात दोन्ही समप्रमाणात वाढावा.

पॉपकॉर्न राईस

साहित्य

अर्धी वाटी तांदूळ,
२ चमचे हिरवी पेस्ट (आलं, लसूण, हिरवी मिरची पेस्ट),
पाव वाटी दही,
२ चमचे कोथिंबीर,
१ चमचा कसूरी मेथी,
मीठ, साखर चवीनुसार
१ वाटी मक्याची लाही

कृती

सर्वप्रथम तांदूळ १५-२० मिनिटे पाण्यात भिजवून ठेवावा. दीड वाटी पाणी उकळत ठेवून त्यामध्ये आलं-लसूण-हिरवी मिरची पेस्ट, दही, बारीक चिरलेली कोथिंबीर, कसूरी मेथी, चवीनुसार मीठ, साखर, तेल घालून पाण्याला उकळी आणावी. पाणी उकळल्यावर त्यामध्ये मावतील ऐवढे पॉपकॉर्न (मक्याची लाही) घालून एकत्र करावे. तोपर्यंत भिजवलेले तांदूळ गरम तेलात तळून लगेच पॉपकॉर्नमध्ये मिसळावे. ७-८ मिनिटे मंद आचेवर शिजू द्यावे. वरून कोथिंबीर घालून सर्व्ह करावे.

ब्रोकोली विथ वाईल्ड राईस

साहित्य

२ वाट्या हातसडीचा तांदूळ,
अर्धी वाटी दही,
२ चमचे क्रीम,
४ चमचे कोथिंबीर,
२ चमचे ठेचलेले आले,
२ चमचे लसूण,
६-७ हिरवी मिरची,
अर्धी वाटी कांदे,
१ वाटी ब्रोकोली,
४ चमचे तेल,
मीठ चवीनुसार,
अर्धा चमचा लिंबाचा रस,
साखर चवीनुसार

कृती

तांदूळ धुवून घ्यावा. दह्यात क्रीम, बारीक चिरलेली कोथिंबीर, आले, लसूण, हिरवी मिरची, कांदा व जाडसर किसलेली ब्रोकोली एकत्र करून ठेवावी. अडीच वाट्या पाणी उकळत ठेऊन त्यामध्ये तेल, चवीनुसार मीठ, अर्धा लिंबाचा रस, थोडी साखर घालून पाणी उकळल्यावर भिजवलेला तांदूळ घालावा. भात शिजत आल्यावर त्यामध्ये तयार केलेला ब्रोकोलीचा मसाला घालून मिश्रण एकत्र करावे व मंद आचेवर शिजू दयावे. कोथिंबीर घालून सर्व्ह करावे.

राईस मून फन

साहित्य

१ वाटी सेलरीची पाने,
२ वाट्या तांदूळ,
२ चमचे आलं-लसूण,
१ वाटी लांब कापलेले कांदे,
२ चमचे सोया सॉस,
पाव चमचा काळी मिरी पूड,
३ चमचे टोमॅटो सॉस,
मीठ चवीनुसार

कृती

सर्वप्रथम बारीक चिरलेली सेलरीचे पाने, आलं-लसूण पेस्ट, कांदा एकत्र परतून घ्यावा. नंतर यात ३ कप पाणी घालून सोया सॉस, काळी मिरी पूड, टोमॅटो सॉस घालून पाण्याला उकळी आणावी. तोपर्यंत तांदूळ थोडया तेलावर परतून उकळत्या पाण्यात घालावा व भात शिजवावा. चवीनुसार मीठ घालून सर्व्ह करावे.

मूग चिला राईस

साहित्य

२ वाट्या तांदूळ,
१ वाटी मूग डाळ,
२ चमचे हिरवी चटणी (आलं, लसूण, हिरवी मिरची, कोथिंबीर पेस्ट)
१ चमचा जिरे,
मीठ चवीनुसार
लिंबू चवीनुसार
कोथिंबीर
४ चमचे तेल

कृती

प्रथम २ वाट्या तांदळाचा भात शिजवून ठेवा. मुगाची सालाची डाळ भिजवून, वाटून त्यात मीठ, आलं-लसूण-हिरवी मिरची-कोथिंबीर पेस्ट घालून याचे चिले (दोसे) बनवून त्याच्या पट्टया कापून घ्याव्या. फ्रायपॅनमध्ये जिरे घालून बारीक चिरलेली हिरवी मिरची, आवडीनुसार लसूण घालून परतून घ्यावे. नंतर यात तयार भात व चिल्याच्या पट्टया समप्रमाणात घालून चवीनुसार मीठ, लिंबाचा रस घालून एक दणदणीत वाफ येऊ द्यावी. कोथिंबीर घालून सर्व्ह करावे.

पीनट राईस

साहित्य

२ वाट्या भिजवलेले शेंगदाणे,
दीड वाटी तांदूळ,
अर्धी वाटी लांब चिरलेला कांदा,
४ चमचे बारीक चिरलेला लसूण,
२-३ स्टारफूल,
१०-१२ लवंग,
१ वाटी घोटलेले दही,
अर्धी वाटी तूप,
पाव वाटी चिरलेला कोथिंबीर,
३ चमचे ठेचलेली हिरवी मिरची,
मीठ चवीनुसार

कृती

सर्वप्रथम तांदूळ १ ते २ तास भिजवून ठेवावे. ४ वाट्या पाणी उकळत ठेवून त्यामध्ये लांब चिरलेला कांदा, बारीक चिरलेला लसूण, स्टारफूल, लवंग, घोटलेले दही घालावे. त्यातच अर्धी वाटी तूप किंवा तेल घालून पाणी उकळू द्यावे. नंतर यात शेंगदाणे व तांदूळ घालून मिश्रण शिजवावे. ८० टक्के शिजल्यावर यात बारीक चिरलेली कोथिंबीर व ठेचलेली हिरवी मिरची घालावी. मंद आचेवर १५-२० मिनिटे शिजू द्यावे.

कॉर्नपल राईस

साहित्य

२ वाट्या तांदूळ,
१ वाटी स्वीट कॉर्न,
२ चमचे आलं-लसूण पेस्ट,
मीठ, साखर चवीनुसार
१ चमचा व्हिनेगर,
२ चमचा सोया सॉस,
अर्धी वाटी कॉर्न स्टार्च,
१ चमचा बारीक चिरलेला लसूण,
१ चमचा टोमॅटो सॉस,
१ चमचा मिक्स हर्ब्स,
४ चमचे तेल

कृती

सर्वप्रथम वाफवलेल्या स्वीट कॉर्नमध्ये आलं-लसूण पेस्ट, मीठ, थोडे व्हिनेगर घालावे. एका पातेल्यात भात शिजवून घ्यावा. भात शिजवताना त्यात थोडे व्हिनेगर, मीठ, साखर, सोया सॉस व तेल घालावे. नंतर स्वीट कॉर्न, कॉर्न स्टार्चवर घोळवून डीप फ्राय करावे. एका पॅनमध्ये थोडे तेल घालून बारीक चिरलेला लसूण परतून घ्यावा. त्यामध्ये तिखट, टोमॅटो सॉस, सोया सॉस, मिक्स हर्ब्स घालून एकत्र करावे. नंतर यात स्वीट कॉर्नचे दाणे व तयार भात घालून मिक्स करावे.

शेजवान फ्राइड राईस

साहित्य

२ वाट्या तांदूळ,
१ वाटी सिमला मिरची,
१ वाटी फ्लॉवर,
१ वाटी गाजर,
१ चमचा अजिनोमोटो,
१ चमचा सोया सॉस,
१ चमचा मिरची पेस्ट,
मीठ चवीनुसार

कृती

तांदळाचा मोकळा भात शिजवून घ्यावा व थंड करावा. सिमला मिरची, फ्लॉवर, गाजर लांब बारीक चिरून तेलात परतून घ्यावे. त्यात अजिनोमोटो घालून पुन्हा परतावे. नंतर तयार भात घालून हलक्या हाताने मिसळून घ्यावे. नंतर सोया सॉस, मिरची पेस्ट, मीठ घालून मिश्रण एकत्र करावे. थोडा वेळ मंद आचेवर शिजवून घ्यावे. गरम गरम सर्व्ह करावे.

भातावरचं कुळीथ पिठलं

साहित्य

२ वाट्या तांदूळ,
१ वाटी कुळीथ पीठ,
अर्धी वाटी दही,
पाव चमचा हळद,
चवीनुसार तिखट,
१ चमचा मोहरी,
पाव चमचा हिंग,
१ चमचा जिरे,
कोथिंबीर
मीठ चवीनुसार

कृती

सर्वप्रथम कुळीथ पीठ, दही, मीठ एकत्र करून चांगले घाटून घ्यावे. नंतर थोडे मीठ घालून भात शिजवून घ्यावा. भात ८० टक्के शिजल्यावर त्यामध्ये तयार केलेले कुळथाचे मिश्रण घालून भात मंद आचेवर पूर्णपणे शिजवावा. तोपर्यंत हिंग, मोहरी, हळद, जिरे, कोथिंबीर याची फोडणी करावी. सर्व्ह करतेवेळी भातावर ही फोडणी घालावी. बरोबर सांडगा किंवा मिरची द्यावी.

''भातावरचं पिठलं हा ही आपला बिर्याणीचा भाऊच की! आत्तेभाऊ किंवा मावसभाऊ म्हणू हवं तर! पुन्हा याचीही आर्थिक परिस्थिती बेताचीच. भात अर्धवट शिजला की त्यावर दह्यात कालवलेलं डाळीचं पीठ घालून ते शिजवायचं. आणि वरून फोडणी द्यायची लसणाची. काय खमंग लागतं, ते खाऊन बघितल्यावरच कळेल.''

लेखक परिचय

विष्णू मनोहर

गोविंद भवन,
गोरे पेठ, नागपूर
manohar.vishnu@gmail.com

- आंतरराष्ट्रीय स्तरावरील सेलिब्रिटी शेफ
- पाककृतींमध्ये स्वत:चा असा ठसा निर्माण करणारे यशस्वी हॉटेल व्यावसायिक
- जागतिक स्तरावर आयोजित पाककृतीविषयक परिषदांमध्ये सहभाग
- देशभरातच नव्हे, तर जगभरात अनेक ठिकाणी तब्बल ३५०० 'कुकरी शो' चे यशस्वी आयोजन
- पाककृती विषयक स्पर्धा, टी व्ही शो मध्ये तज्ज्ञ म्हणून सहभाग
- स्थानिक, प्रांतीय तसेच देशोदेशीच्या पाककृतींवर आधारित ३९ पुस्तकांचे लेखन
- अनेक वृत्तपत्रांमध्ये स्तंभलेखन
- लिम्का बुक ऑफ वर्ल्ड रेकॉर्डमध्ये अनेक विक्रमांची नोंद. 'यंगेस्ट आंत्रप्रेनर ॲवॉर्ड', 'सारथी पुरस्कार' यांसारख्या अनेक प्रतिष्ठित पुरस्कारांचे मानकरी

टिप्पणी

टिप्पणी

टिप्पणी

www.ingramcontent.com/pod-product-compliance
Lightning Source LLC
LaVergne TN
LVHW082232051026
849532LV00012B/3961